JN414567

한국인을 위한
베트남어 길잡이 ❸

한국인을 위한

베트남어 길잡이 ③

송정남 · 응우옌 반퓩 공저

HU:iNE

한국인을 위한

베트남어 길잡이 ❸

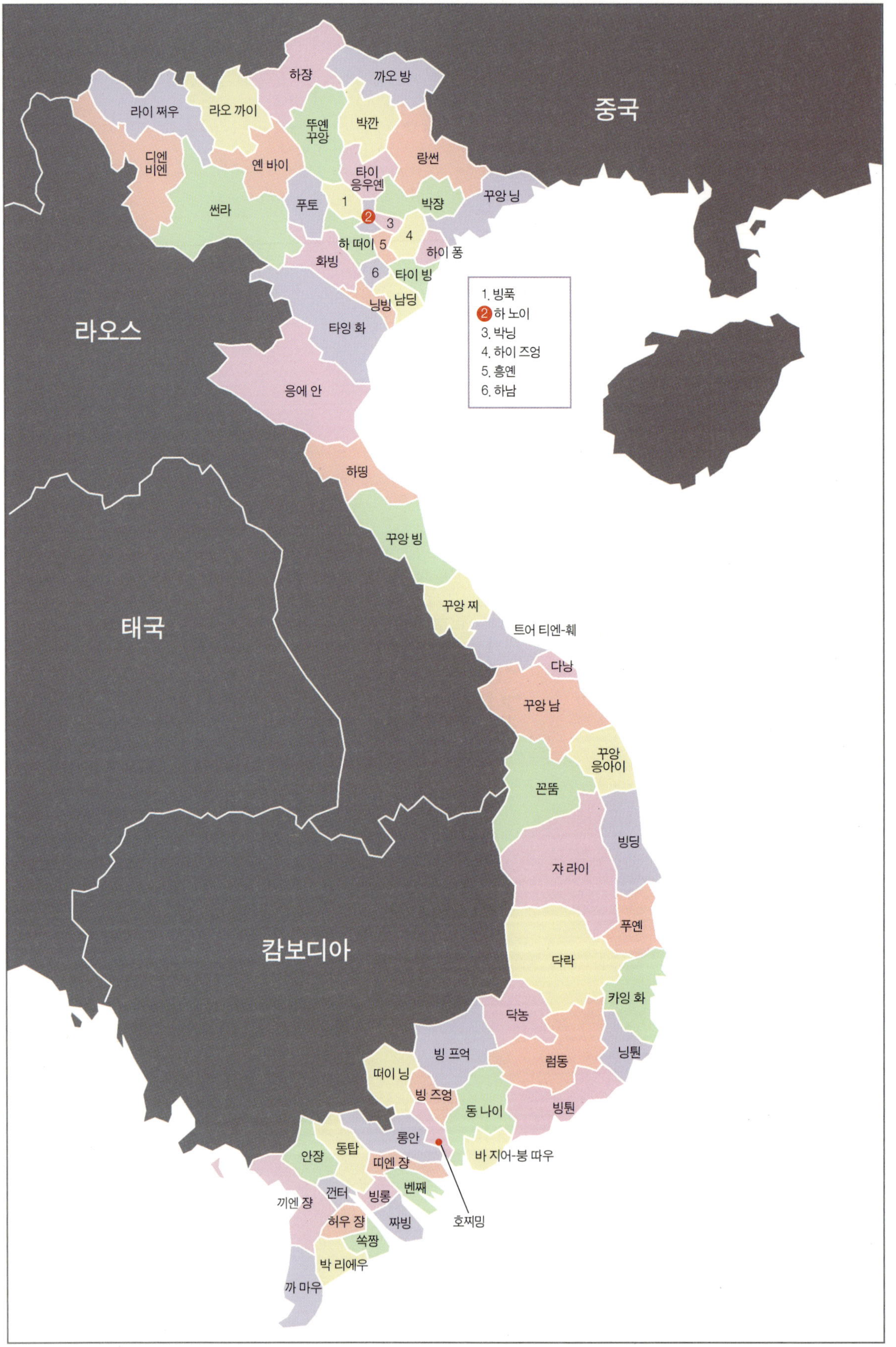

중국
라오스
태국
캄보디아
1. 빙푹
2 하 노이
3. 박닝
4. 하이 즈엉
5. 흥옌
6. 하남
하쟝
까오 방
라이 쩌우
라오 까이
뚜옌 꾸앙
박깐
디엔 비엔
옌 바이
타이 응우옌
랑썬
쎈라
푸토
박쟝
꾸앙 닝
하 떠이
하이 퐁
화빙
타이 빙
닝빙
남딩
타잉 화
응에 안
하띵
꾸앙 빙
꾸앙 찌
트어 티엔-훼
다낭
꾸앙 남
꾸앙 응아이
꼰뚬
빙딩
쟈 라이
푸옌
닥락
카잉 화
닥농
빙 프억
럼동
닝퇀
떠이 닝
빙 즈엉
동 나이
빙퇀
롱안
바 지어-붕 따우
안쟝
동탑
띠엔 쟝
벤째
호찌밍
끼엔 쟝
껀터
빙롱
허우 쟝
짜빙
쏙짱
박 리에우
까 마우

동남아시아 지도

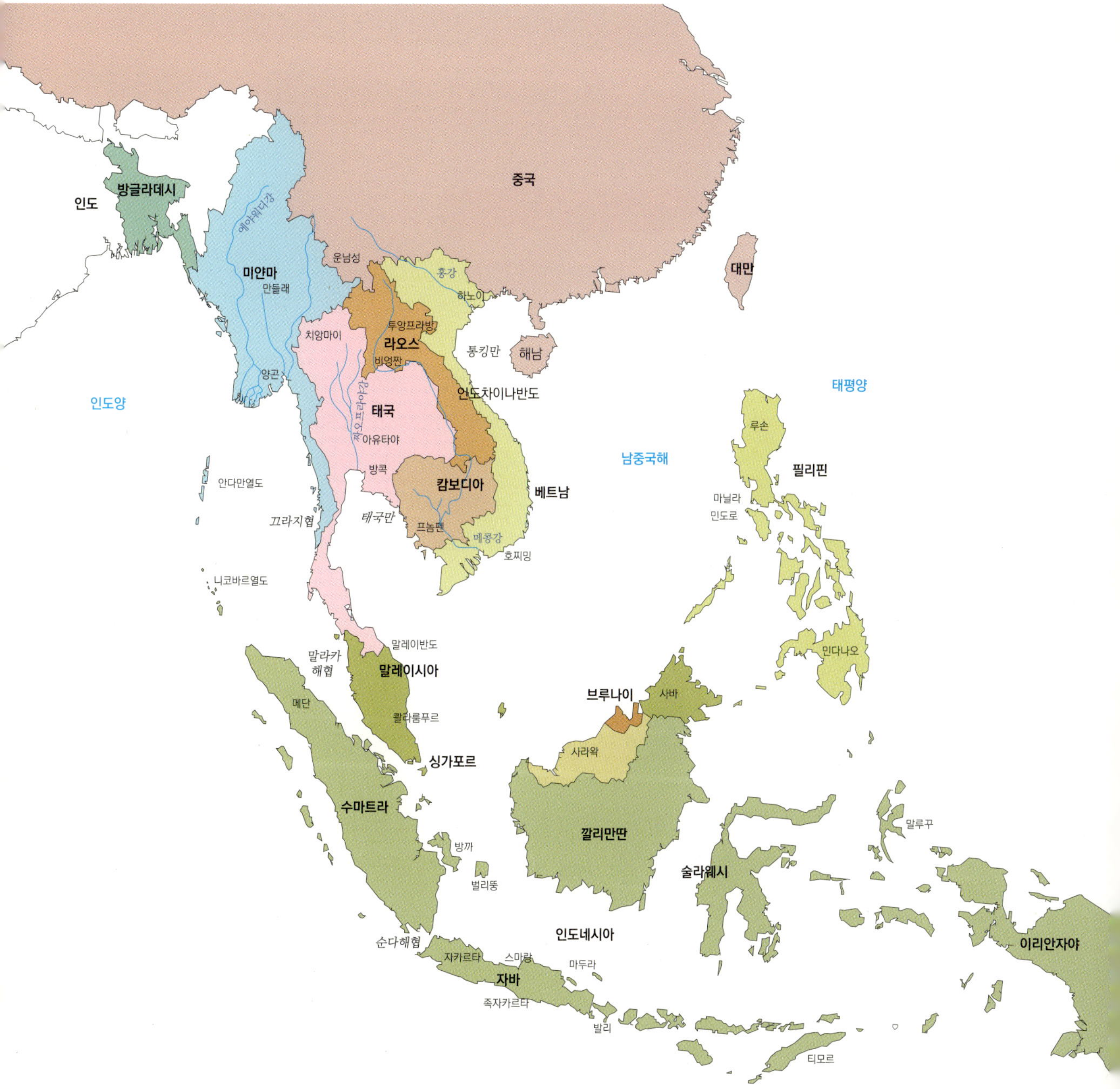
중국
인도
방글라데시
미얀마
만들레
예야와디강
운남성
홍강
하노이
대만
투앙프라방
라오스
비엉짠
치앙마이
통킹만
해남
양곤
인도양
짜오프라야강
태국
아유타야
인도차이나반도
태평양
루손
남중국해
방콕
캄보디아
베트남
필리핀
안다만열도
마닐라
민도로
끄라지협
태국만
프놈펜
메콩강
호찌밍
니코바르열도
말레이반도
말라카
해협
말레이시아
민다나오
브루나이
사바
메단
콸라룸푸르
사라왁
싱가포르
수마트라
깔리만딴
말루꾸
방까
벌리뚱
술라웨시
인도네시아
순다해협
자카르타
스마랑
마두라
이리안자야
자바
족자카르타
발리
티모르

서언

역사 이래 한국과 베트남 간 교류와 관계가 가장 활발한 때는 지금이라고 할 수 있다. 이는 2017년 양국의 교역이 600억 불을 넘어선 것이나 양국 간 체류 민이 40만 명을 넘어선 것이 입증한다. 여기에는 양국이 각각 동북아시아와 동남아시아라는 지리적 차이에도 불구하고 공히 전통시대에 오랫동안 중국의 문명과 문화권에 있었던 관계로 유사점이 많기 때문이다. 게다가 현대사에서 한국군의 베트남 전쟁 참여는 아이러니하게도 서로를 보다 이해할 수 있는 장이기도 했다. 이 같은 맥락에서 베트남이 개혁 · 개방 이후 경제발전의 모델을 우리 한국에 두었기 때문이다. 그렇다면 향후 양국의 교류는 더욱 깊어지고 넓어질 것으로 사료된다.

본서는 2010년에 처음 발간된 "한국인을 위한 베트남어 길잡이 1-2"에 이어 출간되었다. 이로써 독자와의 3권에 대한 출간 약속은 약 20년 만에 이루어진 것이다. 그동안 저자의 역량부족으로 1-2권에 국한되었던 것을 이번에 공저의 형태로 해결되었지만, 아무튼 학습자와의 오랜 약속을 지켰다는 것에 자위를 느끼지 않을 수 없다.

제3권 역시 본서의 특징을 살리기 위하여 이전 1-2권의 틀을 유지하였다. 1-2권에서도 언급했듯이 "한국인을 위한 베트남어 길잡이"는 무엇보다 베트남어를 배우는 한국인들을 위한 문법과 독해 그리고 글쓰기 교재이다. 초급, 중급, 고급의 세 단계로 구성된 교재의 특징은 학습자의 정확한 문법 이해를 높이기 위하여 많은 예문을 제시한 데 있다. 이뿐 아니라 피교육자의 학습 이해를 확인하고 향상시키기 위하여 다양한 형식의 연습문제, 문제풀이, 독해문장들도 제시하였다.

늦었지만 이번에 출판되는 제3권이 베트남어를 배우려는 모든 한국인들에게 조금이나마 도움이 되었으면 한다. 무엇보다 제3권은 초판의 형태이기 때문에 미흡한 부분이 많으리라 생각하기에 학습자들의 비평과 충고를 수렴하여 차후에 수정 · 보완할 예정이다. 끝으로 본서의 출판을 기꺼이 허락해 주신 한국외국어대학교 지식출판콘텐츠원에 고마움을 표한다.

2019년 2월

송정남

Contents

Bài 01

Anh ấy được khen

CÂU MẪU (문형)

1 Kết cấu chủ động/ bị động với "**được, bị**"
2 ··· **đấy** (cuối câu: thân mật và thông báo)
3 Thành phần chuyển tiếp: **có nghĩa là, nói cách khác, vả lại, trái lại** ···
4 Xây dựng đoạn văn (đoạn văn là gì?)

A

1. Anh ấy **được** khen.
2. Anh ấy vừa **bị** đánh.
3. Họ đi vào đường ngược chiều nên **bị** phạt.
4. Họ vừa **bị** sao thế?
5. Họ vừa **bị** (công an) phạt.
6. Chị Lee **được** (thầy giáo) khen.

B

1. Họ là người Việt **đấy**!
2. Khi qua đường ở Hà Nội, các anh phải cẩn thận **đấy!**
3. Anh ta vừa học tiếng Việt ở Việt Nam về **đấy**!
4. Ông bà đang làm gì **đấy**?
5. Các em vừa đi đâu về **đấy**?

C

1. Im lặng **có nghĩa là** đồng ý.
2. Tôi định đi chơi nhưng bài tập nhiều quá, **vả lại** người hơi mệt nên không đi nữa.
3. Anh ấy giỏi nhiều ngoại ngữ, **nhất là** tiếng Anh.
4. Dạo này trời lạnh, **chính vì thế** mà ít người ra đường.
5. Tôi không ghét **mà trái lại** rất yêu anh.
6. Anh ấy **một mặt** muốn dành thời gian học tập nhưng **mặt khác** cũng muốn đi du lịch nhiều nơi.

TỪ VỰNG (어휘)

(bị) đánh	맞다, 다치다	**(đường) ngược chiều**	역주행 도로
(bị) phạt	(罰) 벌을 받다, 벌금을 물다	**công an, cảnh sát**	(公安, 警察) 공안, 경찰
ghét	질투하다, 미워하다	**dành (thời gian, tiền bạc)**	시간을 내다, 저축하다
qua đường	도로를 건너다		

CHÚ GIẢI NGỮ PHÁP (어법주해)

1 Kết cấu chủ động/ bị động với “được, bị”

… **được (bị) + động từ** …

Ví dụ
- “Cụ” thường **được** dùng chung cho cả hai giới: nam và nữ
- Anh ấy **bị** (giám đốc) phê bình.

“**Được, bị**”가 사용된 수동태 문장. 이중 전자는 주동적, 후자는 피동적 의미로 쓰였다. 문장 구조는 “… **được (bị)** + 동사”의 형태이다.

2 … **đấy** (đứng cuối câu): biểu thị sự thân mật hoặc thông báo hay cảnh báo).

Ví dụ
- Anh, chị đi đâu đấy? (thân mật)
- Họ là các sinh viên nước ngoài đấy! (thông báo)
- Các cậu đốt lửa, cẩn thận đấy! (cảnh báo)

문미에 오는 “đấy”는 친밀, 통보, 경고 등을 표현한다.

3 **Thành phần chuyển tiếp**: là thành phần được đặt ở đầu câu, đầu đoạn dùng để liên kết các ý, các câu, các đoạn hoặc để giải thích, minh họa nhiều ý khác nhau cho ý chính.

Ví dụ
- Tên người Việt, gồm 3 phần: **đầu tiên** là họ, **sau đó** đến tên đệm **rồi cuối cùng** là tên.
- **Đầu tiên** anh đi thẳng, **sau đó** anh rẽ trái khoảng 100 mét, siêu thị ở bên trái.

연결하기 위하여 혹은 핵심에 대한 다른 많은 생각을 설명하거나 표현하기 위하여 쓴다.

Một số thành phần chuyển tiếp: có nghĩa là (tức là); **nói cách khác (nói khác đi); vả lại (hơn nữa, hơn thế nữa); mà trái lại (mà ngược lại); đặc biệt là (nhất là); đầu tiên – sau đó – cuối cùng; tiếp đó - tiếp theo – sau nữa; tóm lại (để kết luận); do đó (vì vậy); chính vì thế (chính vì vậy); một mặt ··· mặt khác ···v.v.**

일부 전접 성분: "즉, 달리 말해, 나아가, 더 나아가, 반대로, 특별히, 먼저, 그 후, 마침내, 이어서, 더 이어서, 요약하면, 결론적으로, 그 때문에, 바로 그 때문에, 그래서, 한편, 다른 한편" 등이 있다.

4 **Khái niệm đoạn văn** (Đoạn văn là gì?): đoạn văn là đơn vị ngôn ngữ trên câu (gồm một số câu liên kết với nhau) để cấu tạo văn bản, thường diễn đạt tương đối trọn vẹn một ý hay một nội dung nhất định; về hình thức được mở đầu bằng chỗ lùi (thụt) đầu dòng, viết hoa và kết thúc bằng dấu chấm xuống dòng.

문단의 개념은 본문을 이루기 위하여 일부 문장으로 결합된 언어의 단위이다. 이는 보통 일정한 하나의 생각이나 내용을 완전하게 전달한다. 형식은 문단의 첫 줄을 들여쓰고 대문자를 쓰며 문장 끝에 마침표를 써서 끝낸다.

BÀI TẬP 1 (연습)

I. Chuyển các câu dưới đây sang câu bị động.

1. Mẹ tôi khen em gái tôi vì em gái tôi học giỏi.

2. Cảnh sát đã phạt anh ấy vì anh ấy vi phạm luật giao thông.

4. Thủ tướng đã cử ông Nam làm đại sứ Việt Nam tại Hàn Quốc.

5. Cô ấy đã tặng quà cho anh ấy nhân dịp sinh nhật.

6. Hôm qua, bố mẹ tôi đã gửi tiền cho tôi.

7. Giám đốc đã phê bình các công nhân.

8. Hãng Hundai đã sản xuất xe ô tô này.

II. Dùng "*bị, được*" viết lại các câu dưới đây (so sánh với câu bị động).

1. Em trai anh Hùng đau bụng hai ngày rồi.

2. Bà tôi đã khỏe hơn nên bác sĩ cho xuất viện sớm.

3. Chị tôi làm việc ở một bệnh viện gần nhà.

4. Chị sốt hai ngày rồi à?

5. Chủ nhật ông Kimura ngủ nhiều hơn.

6. Hôm nay chị tôi mệt.

7. Hai hôm nay chị ấy ốm nên chị ấy nghỉ ở nhà.

8. Đây là lần đầu tiên tôi đi (bằng) máy bay.

III. Điền các từ thích hợp cùng với "đấy" vào cuối những câu sau:

1. Ở Hà Nội, khi qua đường các bạn ______. (cảnh báo)
2. Các bạn đừng quên nhé, ngày mai là ______. (thông báo)
3. Các cháu tôi vừa chào ______. (thông báo)
4. Cậu đang đọc ______. (thân mật)
5. Các bạn vừa đi ______. (thân mật)
6. Theo dự báo thời tiết, ngày mai có ______. (cảnh báo)

IV. Chọn "*thành phần chuyển tiếp*" thích hợp rồi điền vào các câu dưới đây:

1. Ông ấy rất bận, ___ lại đi công tác vào thời gian đó nên không đi với chúng ta.
2. Chúng tôi rất thích các món ăn Việt Nam, ___ là nem rán.
3. Anh ta không có ý kiến gì, ___ anh ta đã đồng ý.
4. Mấy hôm nay trời mưa liên tục, ___ nhiều đường phố bị ngập.
5. Văn hóa mang đặc trưng của mỗi dân tộc, ___ mỗi dân tộc có bản sắc riêng về văn hóa.
6. Tôi không ngại ___ còn rất vui vì đã giúp được anh.
7. Anh đang mệt nên đi ngủ đi, ___. đêm cũng đã khuya rồi.

8. Chúng tôi ___ muốn học tiếng Việt ở trong nước nhưng ___ cũng muốn sang Việt Nam.

V. Sử dụng: "*đầu tiên … sau đó … và (rồi) cuối cùng …*" viết các bước theo thứ tự.

1. *Làm thủ tục đi máy bay:*

- Đến quầy làm thủ tục
- Vào phòng đợi lên máy bay
- Kiểm tra vé, hộ chiếu và cân hành lý

2. *Các bước bật điều hòa nhiệt độ:*

- Kiểm tra điện nguồn và bật điều hòa
- Điều chỉnh quạt và nhiệt độ
- Chọn chế độ cho điều hòa

3. *Các bước điều khiển xe máy:*

- Ấn nút khởi động xe máy
- Ngồi lên xe, gạt chân chống và giữ thăng bằng xe máy
- Vào số, mắt nhìn thẳng phía trước, lên ga từ từ cho xe chuyển động

BÀI ĐỌC (독해)

CỘNG ĐỒNG CÁC DÂN TỘC VIỆT NAM

Việt Nam là một quốc gia đa dân tộc. Theo kết quả nghiên cứu của Viện Dân tộc học, Việt Nam có 54 dân tộc (hay tộc người). Mỗi dân tộc đều có bản sắc riêng. Các dân tộc không chỉ khác nhau về văn hóa, đặc điểm kinh tế - xã hội mà còn khác nhau về nguồn gốc, về dân số, về tính chất và địa bàn cư trú.

Về nguồn gốc, các tộc người có thời gian sinh tụ ở Việt Nam khác nhau. Nhóm các dân tộc được coi là nhóm cư dân bản địa, sinh sống từ xa xưa, gồm: người Việt, người Mường, người Tày (ở phía Bắc); người Chăm, Khơme (ở phía Nam) và phần lớn các tộc người thuộc nhóm ngôn ngữ Môn-Khơme. Còn những dân tộc khác đều có thời gian sinh sống ở Việt Nam muộn hơn. Chẳng hạn, người Hoa (đến Việt Nam từ đầu công nguyên đến giữa thế kỷ XIX), người Thái, người Nùng (thế kỷ X-XIII), người Sán Dìu, người Dao (từ thế kỷ XVI trở đi), người Mông và các tộc người thuộc ngôn ngữ Tạng-Miến là những tộc người đến Việt Nam muộn nhất (khoảng thế kỷ XVII-XIX).

Về dân số, đặc điểm nổi bật là các tộc người có sự chênh lệch về số dân. Sự chênh lệch này được thể hiện: **một là** chênh lệch giữa người Việt (Kinh) và 53 tộc người còn lại. Người Việt chiếm 86,2% số dân cả nước, trong khi 53 tộc người còn lại chỉ chiếm 13,8%; **hai là** chênh lệch giữa các tộc người thiểu số với nhau: trong 53 tộc người chỉ có 6 tộc người có dân số trên 1 triệu và 5 tộc có số dân dưới 1000 người; **ba là** chênh lệch giữa miền núi với đồng bằng. Đa phần các tỉnh miền núi có mật độ dân số bình quân trên dưới 100 người/1km2, thậm chí có tỉnh chỉ vài chục người, như Lai Châu (34 người), Kon Tum (32 người) trong khi đó ở các tỉnh đồng bằng, mật độ bình quân từ 600-700 người (thậm chí ở Thái Bình, 1161 người/km2); **và cuối cùng là** chênh lệch giữa nông thôn và thành thị. Dân cư thường tập trung đông tại các thị trấn, thị xã, thành phố cả ở các tỉnh miền núi lẫn đồng bằng, như Điện Biên Phủ, Lào Cai, Hoà Bình, Thái Nguyên, Plây Ku, Buôn Ma Thuột, Đà Lạt ···v.v.

Về tính chất và địa bàn cư trú: các tộc người thường cư trú xen kẽ nhau, phân tán thành các vùng tộc người. Nhiều tỉnh, huyện có đến 20 tộc người, không có tộc nào sinh sống riêng biệt. Trong 54 tộc người thì người Việt (Kinh) sinh sống ở khắp các địa bàn, từ đồng bằng, ven biển đến trung du và miền núi. Còn 53 tộc người khác chủ yếu sinh sống ở trung du và miền núi chỉ có 3 tộc người Khơme, Hoa và Chăm sinh sống ở đồng bằng. Mặt khác, do mỗi vùng có nhiều tộc người sinh sống nên tộc người nào có trình độ phát triển kinh tế - xã hội - văn hoá cao hơn sẽ đóng vai trò làm "trung tâm". Ví dụ, vùng Tây Bắc có 31 tộc người sinh sống thì người Thái (Sơn La) và người Mường (Hoà Bình) đóng vai trò "trung tâm"; vùng Đông Bắc có 14 tộc người thì người Tày, người Nùng giữ vai trò "trung tâm"; vùng Tây Nguyên có trên 30 tộc người thì người Êđê (Đắc Lắc) và người Bana (Gia Lai) là "trung tâm"; vùng đồng bằng Nam Bộ có 5 tộc người thì người Khơme đóng vai trò "trung tâm"···v.v. Điều kiện để trở thành "trung tâm" của một vùng tộc người gồm các yếu tố: **thứ nhất là** có số dân đông hơn; thứ hai là có trình độ phát triển kinh tế - xã hội - văn hoá cao hơn; **thứ ba là** tiếng nói được sử dụng nhiều hơn và **cuối cùng là** có khả năng quy tụ các tộc người khác trong vùng vì mục tiêu xây dựng và phát triển địa phương ···v.v.

Phỏng theo **Lê Thông** *"Việt Nam, đất nước con người"*

TỪ VỰNG (어휘)

quốc gia	(國家) 국가	đa dân tộc	(多民族) 다종족
viện	(院) 원	Dân tộc học	(民族學) 민족학
tộc người	(族) 부족	bản sắc	(本色) 본색
nguồn gốc	기원(起源)	địa bàn	(地盤) 지반
cư trú	(居住) 거주	sinh tụ	(生聚) 태어나 무리를 이루다
cư dân	(居民) 거민	bản địa	(本地) 본토
xa xưa	옛날	Môn-Khơme	몬-크매르어
Tạng-Miến	땅-미엔 언어	nổi bật	두드러진, 돌출
chênh lệch	차이, 격차	thiểu số	(少數) 소수
lưu ý	(留意) 유의하다	mật độ	(密度) 밀도
bình quân	(平均) 평균	thành thị	(城市) 성시
xen kẽ	겹치다	phân tán	(分散) 분산
đồng bằng	평원	trung du	(中遊) 강의 중류, 평원지구
ven biển	연해	miền núi	산간지역
trình độ	(程度) 정도, 수준	đóng (giữ) vai trò	역할을 하다

BÀI TẬP 2 (연습)

I. Trả lời các câu hỏi sau (viết)

1. Bài đọc trên nói về vấn đề gì?

2. Bài đọc trên gồm mấy đoạn?

3. Đọc lại đoạn 1 và cho biết ý chính của đoạn 1 là gì?

4. Đọc lại đoạn 2 và cho biết ý chính của đoạn 2 là gì?

5. Đọc lại đoạn 3 và cho biết ý chính của đoạn 3 là gì?

6. Đọc lại đoạn 4 và cho biết ý chính của đoạn 4 là gì?

II. Trả lời các câu hỏi dưới đây (lựa chọn đáp án đúng)

1. Trong cộng đồng các dân tộc Việt Nam, những tộc người nào có thời gian sinh tụ ở Việt Nam muộn nhất?

① người Mông
② các tộc người thuộc ngôn ngữ Môn-Khơme
③ các tộc người thuộc ngôn ngữ Tạng-Miến
④ phương án ① và ③

2. Có thể thay thế thành phần chuyển tiếp (in đậm) trong đoạn 3 bằng những thành phần chuyển tiếp tương tự (gần nghĩa) nào?

① một là … hai là … ba là … bốn là …
② trước hết là … tiếp theo là … sau đó là … và cuối cùng là …
③ một là … thứ hai là … ba là … thứ bốn là …
④ trước hết là … tiếp theo là … sau cùng là … và cuối cùng là …

3. Để trở thành "trung tâm" của một vùng tộc người thông thường gồm mấy điều kiện?

① ba điều kiện ② bốn điều kiện
③ năm điều kiện ④ sáu điều kiện

4. Trong 54 tộc người thì tộc người nào ở Việt Nam có địa bàn sinh sống rộng khắp?

① người Khơme ② người Mông
③ người Kinh (Việt) ④ người Hoa

5. Trong 53 tộc người còn lại (trừ dân tộc Kinh) những tộc người nào sinh sống ở đồng bằng?

① Mường, Tày, Khơme ② Khơme, Hoa và Chăm

③ Thái, Hoa, Chăm ④ Tày, Hoa, Chăm

6. Về nguồn gốc, các tộc người có thời gian sinh tụ ở Việt Nam sớm nhất được gọi là ···

① cư dân ngụ cư ② cư dân bản địa

③ cư dân nước ngoài ④ cư dân di cư

III. Viết lại các câu dưới đây (dựa vào phần in đậm, gạch dưới)

1. **Mỗi** dân tộc **đều** có bản sắc riêng.

2. Việt Nam là một quốc gia **đa** dân tộc.

3. Các dân tộc **không chỉ** khác nhau về văn hóa, đặc điểm kinh tế - xã hội **mà còn** khác nhau về nguồn gốc, về dân số, về tính chất và địa bàn cư trú.

4. Đặc điểm nổi bật là các tộc người đều có sự chênh lệch về **số dân**.

5. Đa phần các tỉnh miền núi có mật độ dân số **bình quân** trên dưới 100 người/1km2.

6. Cuối cùng là có khả năng **quy tụ** các tộc người khác trong vùng vì mục tiêu xây dựng và phát triển địa phương …v.v.

Bản ghi nhớ

Bài 02

Anh ta nói chứ không phải tôi

CÂU MẪU (문형)

1 Kết cấu "**A chứ không (chưa) B**"
2 Động từ **liên động** (liên kết động từ)
3 Các từ: "**vốn, vốn là, nguyên, nguyên là**"
4 Xây dựng đoạn văn (tiếp): cấu trúc đoạn văn

A

1. Anh ta nói **chứ không phải** tôi (nói).
2. Bạn ấy trả lời sai **chứ không phải** em (trả lời sai).
3. Họ đã đến đây chiều nay **chứ** không **phải** sáng nay.
4. Họ mới ly thân **chứ chưa** ly dị.
5. Cô ta chỉ xinh thôi **chứ không** đẹp.

B

1. Hàng ngày, anh Park hay **ngồi** đọc sách trong thư viện.
2. Anh ấy thường **nằm xem** ti vi trên ghế sofa.
3. Sáng chủ nhật nào họ cũng **vào** công viên **đi dạo** với nhau.
4. Buổi tối, chúng tôi vẫn đi **làm thêm kiếm tiền**.

C

1. Tôi **vốn** không thích lịch sử.
2. Anh ấy **vốn là** bạn thân của tôi.
3. Cô ta **vốn** hiền lành.
4. Công viên này trước đây **vốn là** bãi đất hoang.
5. Anh ta **nguyên** được sinh ra trong gia đình gia giáo.
6. Ông ấy **nguyên là** Bộ trưởng.

TỪ VỰNG (어휘)

ly thân	(離親) 별거	**ly dị, ly hôn**	(離異, 離婚) 이혼
cẩn thận	(勤愼) 조심하다	**hiền lành**	(賢) 어진
ghế sofa	소파, 의자	**gia giáo**	(家教) 가정교육
đi dạo	산책하다	**làm thêm**	부업, 더 일하다
bãi đất	땅, 대지	**bãi đất hoang**	(荒) 황무지
Bộ trưởng	(部長) 부장, 장관		

CHÚ GIẢI NGỮ PHÁP (어법주해)

1 **Kết cấu:** **"A chứ không (chưa) B"**

··· **(A) chứ không phải ··· (B)** (khẳng định **A**, phủ định **B**)

··· **(A) chứ chưa phải ··· (B)**

Dùng để nối hai thành phần câu, 2 vế câu, hai câu có quan hệ ý nghĩa trái ngược.

Ví dụ
- Lời mời đó chỉ là lời chào **chứ không phải** là lời mời thực sự.
- Bài này dễ **chứ không** khó.
- Hôm nay, anh ấy không đến **chứ** không phải chưa đến.

이 문형은 서로 상반된 의미를 갖는 내용을 말할 때 쓰는 표현이다. "A" 부분은 긍정, "B" 부분은 부정에 속한다. A와 B는 단어 혹은 문장으로 구성된다. 예컨대, "이 과는 쉬운게 아니라 어렵다"의 영태다.

2 **Thành phần liên động (liên kết động từ)**: là kiểu câu có một số động từ (chủ yếu là hai động từ) liên kết với nhau "Đ1 +Đ2". Động từ 2 (Đ2) thường là động từ biểu thị mục đích duy nhất của động từ 1 (Đ1).

Ví dụ
- Họ **sang** Việt Nam **du lịch** (để du lịch).
- Đúng 10 giờ, con gái tôi **lên** giường **ngủ**.
- Họ **rủ** nhau **vào** quán **uống** cà phê.

동사 연결 성분은 "동사 1+동사 2"의 형태로 일부 동사(주로 두 개의 동사)가 결합한 형태다. "동사 2"는 "동사 1"의 목적을 나타낸다.

3 **Các từ ngữ: "vốn, vốn là, nguyên, nguyên là"**: "trước kia như vậy (như thế), bây giờ không còn như vậy, như thế nữa" (hiện nay đã thay đổi).

> **Ví dụ**
> - Họ **vốn là** hàng xóm của nhau. (hiện nay không phải là hàng xóm)
> - Hồi bé, nó **vốn** yếu lắm! (bây giờ nó quá khỏe!)

"**Vốn, vốn là, nguyên, nguyên là**"는 현재 변해버린 것을 표현하는 어휘이다. 이는 "본래는, 본질은, 원래는"의 의미가 된다.

4 **Cấu trúc đoạn văn**: Một đoạn văn, tối thiểu có 3 phần: phần **mở đoạn**; phần **triển khai** và phần **kết đoạn**. Phần mở đoạn là phần đưa ra **câu chủ đề**; phần triển khai bao gồm **một số câu lý giải** (giải thích) và **minh họa** (chứng minh) cho câu chủ đề; phần triển khai có thể dài/ngắn, một ý hay nhiều ý tùy thuộc vào nội dung của câu chủ đề; phần kết đoạn là phần **tóm lược** lại và **nêu ý nghĩa** của câu chủ đề. Câu chủ đề có thể được nêu ra ở phần mở đoạn và cũng có thể ở phần kết đoạn tùy theo cách lập luận của mỗi người. Câu kết đoạn có thể có hoặc không tùy thuộc vào tính chất của đoạn: Có thể hình dung cấu trúc tối thiểu của một đoạn văn trong sơ đồ dưới đây:

ĐOẠN VĂN

PHẦN MỞ ĐOẠN (câu chủ đề)	PHẦN TRIỂN KHAI (các câu hỗ trợ)	PHẦN KẾT ĐOẠN (câu kết)

Do đó, để viết được đoạn văn, chúng ta cần phải:
- Xác định chủ đề (topic) của đoạn văn
- Xác định các nội dung (ý) bổ trợ cho chủ đề của đoạn văn
- Xác định vị trí câu chủ đề (ở đầu hay ở cuối đoạn văn)
- Xác định cách lập luận (diễn dịch hay qui nạp)

문단 구조: 하나의 문단은 최소한 세 개, 즉 문단 시작, 전개, 결론의 부분을 갖는다. 시작 부분은 주제를 제시하는 문장이며, 전개 부분은 주제 문장에 대한 일부 해석과 증명 문장으로 구성된다. 전개 부분은 주제 문장의 내용에 따라 장단 이거나 아이디어가 다소일 수 있다. 결론 부분은 주제의 요약이거나 의의를 언급하는 부분이다. 주제 문장은 문단 시작 부분에서 언급되거나 글쓴이의 입론(立論: 귀납 혹은 연역)에 따라 결론 부분에 있을 수 있다. 결론은 문단의 성질에 따르거나 그렇지 않을 수도 있다. 한 문단의 최소 구조를 아래의 도형처럼 그려볼 수 있다.

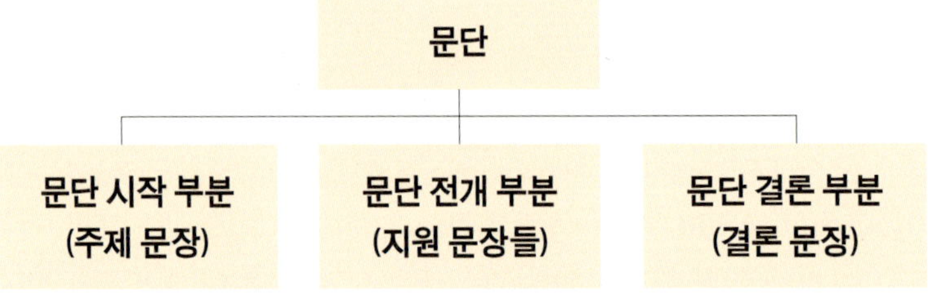

그 때문에 문단을 쓰기 위해서는 다음을 알아야 한다:
문단의 주제(토픽) 확정, 문단의 주제를 지원할 내용 확정, 주제의 문장을 문단의 앞 혹은 뒤에 둘 것인지 확정, 입론(연역 혹은 귀납) 방법을 확정해야 한다.

BÀI TẬP 1 (연습)

I. Dùng kết cấu "*A chứ không (chưa) B*" nối hai thành phần câu

Mẫu: trẻ /già (Anh Park)

Anh Hùng còn trẻ chứ chưa già

Tiếp tục với:

cũ /mới (Quyển sách này)

ngọt /chua (Món ăn này)

nắng /mưa (Hôm nay)

khó /dễ (Bài tập ấy)

bóng đá /phim (Họ đang xem)

viêm họng /sốt (Chị ấy)

bệnh viện /thư viện (Đây là)

dấu huyền /dấu hỏi (Từ này)

Hàn Quốc /Việt Nam (Tôi là người)

II. Sử dụng "*chứ không, chứ chưa*" hoàn thiện câu

1. Tôi chỉ biết cô ấy __________.
2. Họ sắp đi __________.
3. Tôi vẫn còn nhớ __________.
4. Anh ấy là người Hàn Quốc __________.
5. Chúng tôi chỉ mới biết Việt Nam qua sách, báo, ti vi, __________.
6. Họ mới đính hôn __________.

III. Sử dụng động từ gợi ý (trong ngoặc) viết lại câu

Mẫu: Tuần trước, bố mẹ tôi đã __________. (về, nghỉ hè)

Tuần trước, bố mẹ tôi đã **về** nước **nghỉ hè**.

Tiếp tục với:

1. Cuối tuần, chúng tôi thường __________. (đến, chơi thể thao)
2. Sáng sáng nhiều người __________. (vào, tập thể dục)
3. Hôm nay, anh Park và chị Lee __________. (vào, đọc sách)
4. Họ mời chúng tôi __________. (tới, ăn cơm)
5. Sáng nay, các sinh viên phải __________. (đến, gặp)

6. Bây giờ, chị Lee phải ______. (đi, rút tiền)

7. Bây giờ nếu có thời gian mời anh ______. (đến, chơi)

IV. Tìm câu hỏi cho từ ngữ in đậm, gạch dưới

1. Tối tối, anh ấy hay ngồi trên giường **xem ti vi**.

2. Đúng 7h tối, các con của chị ấy ngồi vào bàn **học**.

3. Anh Nam muốn mời anh Lâm **đến nhà anh ấy** uống nước.

4. Năm ngoái anh Park sang Việt Nam học tiếng Việt **6 tháng**.

5. Hôm qua, chúng em đi trung tâm thành phố **mua sắm**.

6. Chủ nhật tới, chúng em rủ nhau đi hiệu sách **mua sách mới**.

7. Hàng ngày, cứ đúng 11 giờ đêm, chị ấy **đóng cửa hàng** nghỉ

V. Điền *"vốn (vốn là), nguyên (nguyên là)"* vào chỗ trống

1. Họ ______ thân nhau từ nhỏ.
2. Vợ tôi ______ rất hiền lành, dễ chịu.
3. Ông ấy ______ người tốt bụng.
4. Hồi nhỏ, nó ______ không khỏe.
5. Anh ta ______ con nhà tử tế nhưng gần đây do bị ảnh hưởng xấu nên đã phạm tội.
6. ______ hàng xóm với nhau nên mỗi lần gặp, Bình vẫn vui vẻ chuyện trò với bà ấy.
7. Ông ấy ______ Bộ trưởng Bộ Ngoại giao Việt Nam.
8. Bà ấy ______ mẹ vợ của tôi cách đây 2 năm.

VI. Hãy đọc lại và phân tích cấu trúc các đoạn văn sau:

Mẫu:

Về dân số, đặc điểm nổi bật là các tộc người có sự chênh lệch về số dân. Sự chênh lệch này được thể hiện: **một là** chênh lệch giữa người Việt (Kinh) và 53 tộc người còn lại. Người Việt chiếm 86,2% số dân cả nước, trong khi 53 tộc người còn lại chỉ chiếm 13,8%; **hai là** chênh lệch giữa các tộc người thiểu số với nhau: trong 53 tộc người chỉ có 6 tộc người có dân số trên 1 triệu và 5 tộc có số dân dưới 1000 người; **ba là** chênh lệch giữa miền núi với đồng bằng. Đa phần các tỉnh miền núi có mật độ dân số bình quân trên dưới 100 người/1km2, thậm chí có tỉnh chỉ vài chục người, như Lai Châu (34 người), Kon Tum (32 người) trong khi đó ở các tỉnh đồng bằng, mật độ bình quân từ 600-700 người (thậm chí ở Thái Bình, 1161 người/km2); **và cuối cùng là** chênh lệch giữa nông thôn và thành thị. Dân cư thường tập trung đông tại các thị trấn, thị xã, thành phố cả ở các tỉnh miền núi lẫn đồng bằng, như Điện Biên Phủ, Lào Cai, Hoà Bình, Thái Nguyên, Plây Ku, Buôn Ma Thuột, Đà Lạt …v.v.

Cấu trúc đoạn văn	Gợi ý	Ví dụ
Câu chủ đề	Nêu vấn đề hoặc quan điểm về vấn đề, …	Về dân số, đặc điểm nổi bật là các tộc người có sự chênh lệch về số dân.
Câu bổ trợ 1	Miêu tả, giải thích, chứng minh (cái gì? ở đâu? lúc nào? ai? tại sao? …)	một là chênh lệch giữa người Việt (Kinh) và 53 tộc người còn lại.
Câu bổ trợ 2	Phản biện bằng cách đưa ra các ý kiến khác nhau	hai là chênh lệch giữa các tộc người thiểu số với nhau.
Câu bổ trợ 3	Bình luận: đồng ý/ không đồng ý/ ý kiến khác theo quan điểm của mình	ba là chênh lệch giữa miền núi với đồng bằng.
Câu bổ trợ 4	Miêu tả tình hình, thực trạng bằng số lượng, tỷ lệ …	và cuối cùng là chênh lệch giữa nông thôn và thành thị.
Câu kết luận	Kết luận: khẳng định lại vấn đề, liên hệ, mở rộng, giải pháp	(không có câu kết)

Tiếp tục với đoạn văn sau:

Về nguồn gốc, các tộc người có thời gian sinh tụ ở Việt Nam khác nhau. Nhóm các dân tộc được coi là nhóm cư dân bản địa, sinh sống từ xa xưa, gồm: người Việt, người Mường, người Tày (ở phía Bắc); người Chăm, Khơme (ở phía Nam) và phần lớn các tộc người thuộc nhóm ngôn ngữ Môn-Khơme. Còn những dân tộc khác đều có thời gian sinh sống ở Việt Nam muộn hơn. Chẳng hạn, người Hoa (đến Việt Nam từ đầu công nguyên đến giữa thế kỷ XIX), người Thái, người Nùng (thế kỷ X-XIII), người Sán Dìu, người Dao (từ thế kỷ XVI trở đi), người Mông và các tộc người thuộc ngôn ngữ Tạng-Miến là những tộc người đến Việt Nam muộn nhất (khoảng thế kỷ XVII-XIX).

Cấu trúc đoạn văn	Gợi ý	Ví dụ
Câu chủ đề	Nêu vấn đề hoặc quan điểm về vấn đề, …	
Câu hỗ trợ 1	Miêu tả, giải thích, chứng minh (cái gì? ở đâu? lúc nào? ai? tại sao? …)	
Câu hỗ trợ 2	Phản biện bằng cách đưa ra các ý kiến khác nhau	
Câu hỗ trợ 3	Bình luận: đồng ý/ không đồng ý/ ý kiến khác theo quan điểm của mình	
Câu kết đoạn	Kết luận: khẳng định lại vấn đề, liên hệ, mở rộng, giải pháp	

BÀI ĐỌC (독해)

NHỮNG KHÓ KHĂN CỦA CUỘC SỐNG Ở THÀNH PHỐ

Ngày nay, xu hướng di cư từ nông thôn lên thành phố đang ngày càng trở nên phổ biến. Mọi người đều muốn tìm kiếm việc làm cũng như hy vọng có được cuộc sống tốt hơn ở những đô thị lớn. Do đó, bên cạnh những thuận lợi, người dân sống ở các thành phố lớn cũng đang gặp không ít khó khăn. Trước hết, đô thị là nơi tập trung quá đông người, mật độ dân số lại cao.

Theo thống kê năm 2015, thành phố Hồ Chí Minh có 2095,5 người/km2 tiếp đó là Hà Nội với 2171 người/km2 và thứ 3 là Bắc Ninh với 1404 người/km2 nên nhiều người đang phải sống trong những căn nhà, phòng trọ có diện tích chật hẹp và đông đúc. Một bất lợi khác của cuộc sống ở thành phố là sự tắc nghẽn giao thông. Sự kẹt xe, tắc đường xảy ra khắp nơi, như cơm bữa, nhất là vào giờ cao điểm. Chính vì vậy, ngoài áp lực về cuộc sống bận rộn, người dân sống ở thành phố còn phải đối mặt với vấn đề ô nhiễm, tiếng ồn và khí thải …v.v. Một khó khăn khác nữa là chi phí sinh hoạt ở thành phố luôn đắt đỏ, cao hơn nhiều so với nông thôn. Sống ở đô thị, người dân phải trả đủ thứ dịch vụ, như chi phí nhà ở, y tế, giáo dục, vệ sinh, đi lại và bảo vệ môi trường …v.v. Trong khi đó, tiền công của người lao động và người nghèo hầu như rất thấp. Vì vậy, cuộc sống của họ vốn khó khăn nay lại ngày càng khó khăn hơn … Tóm lại, cuộc sống ở thành phố luôn có hai mặt. Những người dân sống ở thành phố cần vượt qua những khó khăn để từng bước cải thiện chất lượng cuộc sống ngày càng tốt hơn.

Phỏng theo Như Nguyễn

TỪ VỰNG (어휘)

xu hướng	(趨向) 취향	di cư	(移居) 이주시키다
thuận lợi	(順利) 순리	khó khăn	어렵운
tập trung	(集中) 집중하다	mật độ	(密度) 밀도
dân số	(民數) 인구	phòng trọ	(房) 휴게실
đô thị	(都市) 도시	thống kê	(統計) 통계
diện tích	(面積) 면적	chi phí	(支費) 지출비용
tắc nghẽn giao thông	(交通) 교통폐쇄	kẹt xe, tắc đường	도로 정체
giờ cao điểm	(高點) 출퇴근시간	áp lực	(壓力) 압력
đối mặt	반대편	ô nhiễm	(汚染) 오염
tiếng ồn	소음	khí thải	(氣) 배기가스, 미세먼지, 매연
môi trường	환경	tiền công	(錢工) 노임, 임금
vượt qua	지나가다	cải thiện	(改善) 개선하다

BÀI TẬP 2 (연습)

I. Trả lời các câu hỏi sau (viết)

1. Bài đọc trên gồm mấy đoạn?

2. Đoạn văn trên nói về vấn đề gì?

3. Câu chủ đề của đoạn văn trên là gì?

4. Đoạn văn trên có mấy ý hỗ trợ cho ý chính? Những ý nào? (sắp xếp theo thứ tự)

5. Đoạn văn trên có câu kết đoạn không? Nếu có, đó là những câu nào?

6. Hãy xác định các thành phần liên kết của đoạn văn trên?

II. Trả lời các câu hỏi dưới đây (lựa chọn đáp án đúng)

1. Ngày nay, người dân muốn di chuyển lên sống ở thành phố nhằm mục đích gì?

① vì muốn tìm kiếm việc làm
② vì họ chán ghét cuộc sống
③ vì hy vọng có được cuộc sống tốt hơn
④ đáp án ① và ③

2. Theo số liệu thống kê năm 2015, những thành phố nào ở Việt Nam có mật độ dân số trên 2000 người/ km2.

① thành phố Hồ Chí Minh và Bắc Ninh
② thành phố Hồ Chí Minh và Hà Nội
③ thành phố Hà Nội và Bắc Ninh
④ đáp án ① và ③

3. Có thể thay thế từ gạch chân trong câu "***Sự kẹt xe, tắc đường xảy ra khắp nơi, như cơm bữa, nhất là vào giờ cao điểm***." bằng từ nào?

① luôn luôn ② thường xuyên
③ lúc nào cũng ④ bao giờ cũng

4. Có thể thay thế cặp từ gạch chân trong câu sau "*Chính vì vậy, **ngoài** áp lực về cuộc sống bận rộn, người dân sống ở thành phố **còn** phải đối mặt với vấn đề ô nhiễm, tiếng ồn và khí thải …v.v*" bằng cặp từ nào?

① "ngoài ra … còn …" ② "bên cạnh … còn …"
③ "không những … mà còn …" ④ "vừa … vừa …"

5. Có thể thay thế từ gạch chân trong câu "*Trong khi đó, tiền công của người lao động và người nghèo **hầu như** rất thấp*" bằng từ nào?

① dường như　　② có vẻ như
③ ra vẻ là　　④ có lẽ

6. Nội dung của đoạn văn trên nói về vấn đề gì?

① những thuận lợi và những khó khăn của cuộc sống ở thành phố
② những mặt tích cực và hạn chế của cuộc sống ở thành phố
③ những mặt có lợi của cuộc sống ở thành phố
④ những vấn đề bất lợi của cuộc sống ở thành phố

III. Viết lại các câu dưới đây (dựa vào phần in đậm, gạch dưới)

1. Những người dân sống ở thành phố cần vượt qua những khó khăn để từng bước cải thiện chất lượng cuộc sống **ngày càng** tốt hơn.

2. **Nếu có thời gian** mời anh tới nhà tôi uống nước.

3. **Cách đây 10 năm**, ông Hùng là Bộ trưởng Bộ Giáo dục Việt Nam.

4. Trước đây anh ấy **đã từng** là bạn thân của tôi.

5. Tuần trước, anh chị ấy vừa đính hôn **nhưng** chưa kết hôn.

6. Vấn đề đó họ đã thảo luận mấy hôm nay **mà vẫn** còn nhiều ý kiến.

IV. Chọn câu gần nghĩa với câu sau

Sống ở thành phố vừa có những thuận lợi vừa có những khó khăn.

① Sống ở thành phố vừa có mặt trái vừa có mặt phải.

② Sống ở thành phố vừa có những thuận lợi vừa phải đối mặt với những khó khăn.

③ Sống ở thành phố vừa đối mặt với những thuận lợi vừa phải đối mặt với những khó khăn.

④ Sống ở thành phố bao gồm hai mặt đối lập nhau.

V. Chọn câu khác nghĩa với câu dưới đây

Hàng ngày, tôi thường tập thể dục vào lúc 6 giờ sáng.

① Hằng ngày, tôi thường tập thể dục vào lúc 6 giờ sáng.

② Ngày nào tôi cũng tập thể dục vào lúc 6 giờ sáng.

③ Mỗi từng ngày tôi đều tập thể dục vào lúc 6 giờ sáng.

④ Ngày nào cũng vậy, cứ 6 giờ sáng là tôi tập thể dục.

VI. Hãy viết đoạn văn theo các chủ đề sau

1. Về gia đình em
2. Về một người bạn thân của em

Bản ghi nhớ

Bài 03

Mỗi người một tính, không ai giống ai

CÂU MẪU (문형)

1 Kết cấu "**mỗi** ⋯ **một** ⋯, **từng** ⋯ **một** ⋯"
2 Cách dùng "**những**" với nghĩa "nhấn mạnh"
3 Lời nói **trực tiếp** và lời nói **gián tiếp**

A

1. **Mỗi** người một tính, không ai giống ai.
2. **Mỗi** năm, chúng tôi về quê **một** lần.
3. Dạo này, thời tiết mỗi ngày **một** lạnh hơn.
4. Khi xếp hàng thì **từng người một** vào mua vé.
5. **Mỗi** bức tranh mang **một** vẻ đẹp, **một** ý nghĩa khác nhau.

B

1. Mỗi bữa, anh ta ăn **những** năm bát cơm.
2. Chị ấy hơn tôi **những** mười hai tuổi.
3. Trong vườn ông ấy trồng **những** hoa là hoa.
4. Trên bàn làm việc của giám đốc đầy **những** giấy tờ.
5. Còn **những** hai tháng nữa, chúng tôi mới được nghỉ hè.

C

1. Chị Lee nói: "**Học kỳ tới tôi sẽ đi học ở Việt Nam.**"
2. Thầy giáo bảo: "**Ngày mai tôi bận, các em nghỉ học.**"
3. Mẹ tôi luôn nhắc: "**Các con nhớ đi học đúng giờ.**"
4. Tôi đã mời anh ấy nhưng anh ấy bảo: "**Tôi không đến được.**"
5. Các bạn ấy hứa với tôi: "**Chúng tôi sẽ giúp anh.**"

TỪ VỰNG (어휘)

tính, tính tình	(性, 性情) 성격	**xếp hàng**	줄을 서다
vẻ, nét	표정, 자태	**bữa, bữa ăn**	식사
vườn	표정, 자태	**trồng (cây, hoa)**	(나무, 꽃) 심다
giấy tờ	서류	**nhắc, nhắc nhở**	기억하다, 명심하다
hứa, hứa hẹn	약속		

CHÚ GIẢI NGỮ PHÁP (어법주해)

1 Cách dùng: "mỗi … một …, từng … một …"

Cả hai đều biểu thị "một đơn vị riêng lẻ" của sự vật, hiện tượng được nói tới. Tuy nhiên, "**mỗi … một …**" nhấn mạnh tính riêng lẻ của một tập hợp cùng loại, còn "**từng … một …**" nhấn mạnh tính lần lượt "hết đơn vị này đến đơn vị khác" của các đơn vị ấy. Cặp từ "**mỗi … một …**" tương tự với cặp từ "**… mỗi … mỗi …**"

Ví dụ
- **Mỗi** năm, chúng tôi về quê **một** lần.
- Khi ăn cơm, **mỗi** người có **một** cái bát và **một** đôi đũa.
- Vì cửa hàng đông người nên xếp hàng **từng người một**.
- Các món ăn không chia riêng cho **từng người một** mà **mỗi** món ăn được đựng trong **một** đĩa to.

Cặp từ "mỗi … một …" kết hợp với từ chỉ thời gian để biểu thị tăng tiến.

Ví dụ
- Trời mưa **mỗi lúc một to**. (càng ngày càng to)
- Thời tiết **mỗi** ngày **một** lạnh. (càng ngày càng lạnh)

"**Mỗi … một …, từng … một …**"은 언급되는 사물과 현상의 개별 단위를 표현한다. 그러나 "**mỗi … một …**" 은 같은 류의 집합체의 개별성을, "**từng … một …**"은 그 단위 중 "이 단위가 끝나고 다른 단위로 가는" 차례성을 강조한다. "**Mỗi … một …**"과 "**mỗi … mỗi …**"은 서로 비슷하다. "**Mỗi … một …**"은 증진을 표현하기 위하여 시간을 나타내는 단어와 결합한다.

2 Cách dùng "những" với nghĩa "nhấn mạnh", biểu thị số lượng tương đối nhiều, khối lượng tương đối lớn theo sự đánh giá của người nói.

Ví dụ
- Cái xe máy này giá **những** hơn 100 triệu đồng.
- Mỗi tuần anh ta phải làm việc **những** 60 tiếng.

"**Những**" 은 화자의 평가에 따라 양과 질의 과다를 강조하기 위하여 쓴다.

3 **Lời nói trực tiếp và gián tiếp**: lời nói trực tiếp là những câu nói được trích dẫn nguyên văn (trong văn viết) được thể hiện bằng dấu hai chấm (:) và đặt trong dấu ngoặc kép "...".

Ví dụ
- Anh Park nói: **"Tôi không thể làm được việc đó."**
- Anh ấy bảo tôi: **"Tôi phải đi thư viện bây giờ."**

Còn lời nói gián tiếp là lời nói được kể lại, thuật lại thông qua câu chữ của người nói, người viết. Lời nói gián tiếp thường không đúng với nguyên văn do người nói, người viết có thể thay một số từ ngữ của lời nói trực tiếp bằng từ ngữ của mình. Tuy nhiên, nội dung chính của lời nói trực tiếp vẫn phải được giữ đúng (chỉ có thể nói tóm tắt, nói ý chính). Lời nói gián tiếp không được đặt trong dấu ngoặc kép.

Ví dụ
- Anh Park nói là anh ấy không thể làm được việc đó.
- Anh ấy bảo với tôi là bây giờ anh ấy phải đi thư viện.

직접화법과 간접화법: 직접화법은 원문을 그대로 인용하여 말하는 문장이다. 이때 쌍점과 큰 따옴표를 쓴다. 간접화법은 화자나 글쓴이의 문장을 다시 언급하는 문장이다. 간접화법은 화자나 글쓴이의 원문과 다를 수 있을 뿐 아니라 직접 말한 자의 말의 일부를 자신의 말로 바꿀 수 있다. 그러나 직접 말한 자의 말의 핵심 내용은 유지되어야 한다(단지 요약하거나 핵심을 말할 수 있다). 간접화법은 큰 따옴표 안에 놓을 수 없다.

BÀI TẬP 1 (연습)

I. Điền "*mỗi*" vào các câu sao cho thích hợp

1. ______ gia đình nên chỉ có một hoặc hai con.
2. ______ ngày, người Việt thường ăn 3 bữa.
3. Trong lớp chúng tôi, ______ người đều có ______ quê.
4. Chiếc xe máy này quá cũ, ______ giờ chỉ đi được 30 km.
5. Con người, ai cũng vậy, ______ tuổi ______ già.
6. Do biến đổi khí hậu nên thời tiết ______ năm ______ khác.

II. Điền "*từng, mỗi, mỗi… một*" vào các câu sao cho thích hợp

1. Chị ta nhặt ______ vỏ chai bỏ vào thùng rác.
2. Khoa Tiếng Việt có 4 trợ lý, ______ người có ______ nhiệm vụ khác nhau.
3. Ông ấy vẫn nhớ ______ câu ______ chữ trong bài thơ ấy.
4. Giám đốc đã mua cho ______ trợ lý ______ cái điện thoại thông minh.
5. Cô ta là ca sĩ nên ______ ngày thay 5 bộ quần áo.
6. Bố tôi là người chu đáo, ông ấy đã lo ______ li ______ tí cho con cái và gia đình.
7. Bộ trưởng đã phân công ______ thứ trưởng phụ trách ______ công việc.

III. Thêm "*những*" với nghĩa "*số lượng quá nhiều*" vào các câu sau (viết)

1. Anh ta ăn rất khỏe, mỗi bữa anh ấy ăn 6 bát cơm.

2. Anh ấy hơn em gái tôi 20 tuổi.

3. Ba tháng nữa, họ mới về nước.

4. Tôi đã đợi anh ấy 45 phút mà anh ấy vẫn chưa đến.

6. Đêm mùa hè, nhìn lên bầu trời dày đặc vì sao.

7. Ông ấy đã hơn 60 tuổi mà mỗi ngày còn đi bộ 10 km.

8. Hơn hai tháng nữa, anh ấy mới về.

IV. Phân biệt nghĩa của "*những*" trong những câu sau

1. Tôi rất thích những sinh viên chăm chỉ.
2. Lớp học tiếng Việt của thầy giáo ấy có những 50 sinh viên.
3. Quê tôi cách thủ đô những 500 km.
4. Những ngày tháng sắp tới tôi phải tập trung ôn thi tốt nghiệp.
5. Tuần này có nhiều ngày lễ nên được nghỉ những 4 ngày.
6. Những sinh viên hôm qua nghỉ học sẽ học bù vào thứ bảy tuần này.

V. Đọc, hiểu và chuyển những câu sau đây sang câu gián tiếp (viết)

1. Gặp tôi, anh ấy nói: "Chào em. Em khỏe không?"

2. Anh ấy hứa: "Anh sẽ thường xuyên viết thư cho em."

3. Cô ấy vui mừng reo lên: "Ôi! Món quà anh tặng em thật tuyệt vời!"

4. Anh Nam bảo tôi: "Ngày mai, em đi cùng anh tới dự buổi sinh nhật của bạn anh nhé."

5. Bạn tôi gọi điện thoại hỏi: "Ngày mai cậu có bận không? Tớ muốn mời cậu đi xem phim."

6. Bà ấy đề nghị: "Các anh không được hút thuốc trong phòng tôi."

VI. Đọc, hiểu và chuyển những câu sau đây sang câu trực tiếp (viết)

1. Chủ tịch Hồ Chí Minh nói rằng không có gì quí hơn độc lập, tự do.

2. Mẹ tôi vừa gửi thư cho tôi. Trong thư, mẹ tôi bảo tôi hè này phải về thăm bà.

3. Anh Park nói là anh ấy không thể đến dự cuộc họp chiều nay vì anh ấy hơi mệt.

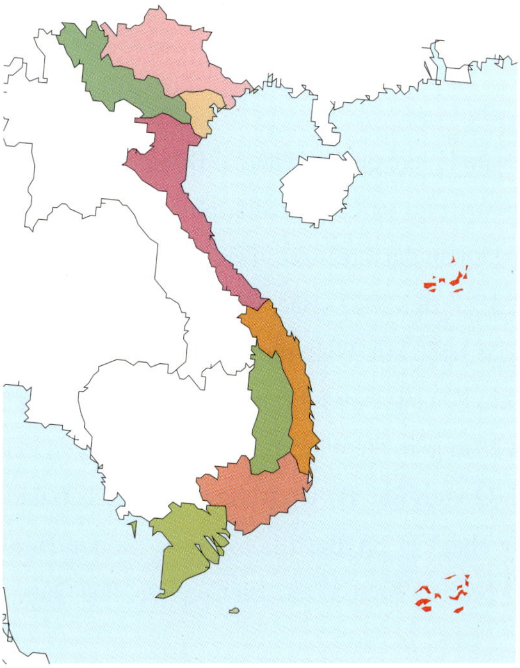

4. Cô ấy nói với tôi rằng cô ấy rất lấy làm tiếc vì không đến dự buổi sinh nhật của tôi được.

5. Cô ấy xin lỗi chúng tôi vì cô ấy đến muộn do tắc đường.

6. Giám đốc nhà máy khẳng định tháng sau ông ấy sẽ tăng lương cho toàn thể công nhân của nhà máy.

BÀI ĐỌC (독해)

VỊ TRÍ ĐỊA LÝ VÀ KHÍ HẬU VIỆT NAM

Vị trí địa lý: Việt Nam là một quốc gia nằm ở Đông Nam Á. Phía Bắc giáp với Trung Quốc, phía Tây giáp với Lào và Campuchia, phía Đông là biển Đông. Việt Nam có đường biên giới trên đất liền dài 4.639 km. Trên bản đồ, lãnh thổ Việt Nam có hình chữ S, kéo dài từ vĩ độ 23º23’ đến 8º27’ Bắc, và 102˚8′ đến 109˚27′ kinh Đông. Từ Bắc đến Nam, Việt Nam dài 1.650 km. Phần rộng nhất trên đất liền chừng 600 km (Bắc bộ), nơi hẹp nhất gần 50 km (Quảng Bình). Bờ biển Việt Nam dài hơn 3.260 km. Biển Đông thuộc chủ quyền Việt Nam gồm thềm lục địa, các đảo và quần đảo lớn nhỏ với tổng diện tích trên 1 triệu km2. Ở vịnh Bắc Bộ tập trung gần 3.000 hòn đảo trong khu vực Vịnh Hạ Long, các đảo Cát Hải, Cát Bà, Bạch Long Vĩ ⋯ Xa hơn là quần đảo Hoàng Sa và Trường Sa. Phía Tây - Nam và Nam có các đảo Côn Sơn, Phú Quốc và Thổ Chu ⋯

Khí hậu, thời tiết: Việt Nam có khí hậu nhiệt đới gió mùa. Thời tiết luôn biến đổi và chia thành hai vùng khí hậu lớn. Phía bắc (từ vĩ tuyến 16º bắc trở ra) là khí hậu nhiệt đới gió mùa, ẩm với 4 mùa rõ rệt: xuân, hạ, thu, đông. Mỗi mùa mang một đặc trưng riêng. Mùa đông thường lạnh, khô còn mùa hè nóng và ẩm. Phía Nam (từ vĩ tuyến 16º bắc trở vào) do ít chịu ảnh hưởng của gió mùa nên khí hậu khá ôn hòa, nóng quanh năm và chỉ có hai mùa: mùa khô và mùa mưa. Bên cạnh đó, do địa hình nên ở Việt Nam còn có những tiểu vùng khí hậu ôn đới như ở Sa Pa, Đà Lạt; tiểu vùng khí hậu lục địa như ở Lai Châu, Sơn La ⋯

Nhiệt độ tại Việt Nam dao động từ 5ºC đến 37ºC. Vào mùa hè, nhiệt độ trung bình trên cả nước là 25ºC (Hà Nội 23ºC, Huế 25ºC, thành phố Hồ Chí Minh 26ºC). Mùa Đông ở phía Bắc, nhiệt độ xuống thấp vào các tháng 12 và tháng Giêng. Ở vùng núi phía Bắc, như Sa Pa, Tam Đảo, Mẫu Sơn ⋯, nhiệt độ xuống tới 0ºC, có tuyết rơi. Độ ẩm trung bình khoảng 84% cả năm. Lượng mưa từ 1.200 đến 3.000 mm, số giờ nắng khoảng 1.500 đến 3.000 giờ/năm. Mỗi năm, ở Việt Nam trung bình xuất hiện 5 đến 10 cơn bão có gió mạnh từ cấp 8 trở lên. Bão mạnh gây ra lụt lội tàn phá nhiều tài sản, công trình, nhà cửa …

Phỏng theo *"Địa lý tự nhiên Việt Nam"*

TỪ VỰNG (어휘)

lãnh thổ	(領土) 영토	biên giới	(邊界) 국경선
vĩ độ (vĩ tuyến)	(緯度-緯線) 위도-위선	kinh độ (kinh tuyến)	(經度-經線) 경도, 경선
giáp	접하다	hình chữ S	(形) 에스자 형
thềm lục địa	(陸地) 대륙붕	chủ quyền	(主權) 주권
(hòn) đảo	(島) 섬	quần đảo	(群島) 군도
ôn hòa	(溫和) 온화한	đất liền	반도
gió mùa	계절풍	ảnh hưởng	(影響) 영향
dao động	(搖動) 요동치다	lục địa	(陸地) 육지
nhiệt đới	(熱帶) 열대	ôn đới	(溫帶) 온대
vùng	지역	tiểu vùng	(小) 작은 지역
trung bình, bình quân	(中平, 平均) 평균	địa hình	(地形) 지형
lượng mưa	(量) 강우량	độ ẩm (ẩm ướt)	(度) 습도
tàn phá, phá hoại	(殘破, 破壞) 파괴하다	tài sản	(財産) 재산
cơn bão	태풍	lụt lội	홍수와 침수

BÀI TẬP 2 (연습)

I. Trả lời các câu hỏi sau (viết)

1. Bài đọc trên gồm mấy đoạn?

2. Đoạn 1 nói về vấn đề gì?

3. Đoạn 2 nói về vấn đề gì? Câu chủ đề của đoạn 2 là gì?

4. Ở đoạn 2 có mấy ý hỗ trợ cho câu chủ đề? Những ý nào? (sắp xếp theo thứ tự)

5. Theo em, khi viết về khí hậu và thời tiết cần đề cập đến những nội dung nào?

II. Trả lời các câu hỏi dưới đây (lựa chọn đáp án đúng)

1. Việt Nam là một quốc gia có biên giới chung với mấy nước?

① hai nước ② ba nước

③ bốn nước ④ năm nước

2. Lãnh thổ Việt Nam bao gồm:

① toàn bộ phần đất liền và các hải đảo

② phần đất liền giáp với biển Đông

③ các hải đảo và đồng bằng ven biển

④ phần được giới hạn bởi đường biên giới và đường bờ biển

3. Con số 3.260 km ám chỉ đến điều gì?

① nơi rộng nhất Việt Nam

② độ dài của Việt Nam tính từ Bắc vào Nam

③ độ dài của bờ biển Việt Nam

④ độ dài của dãy núi Trường Sơn

4. Ở Việt Nam, nơi có khí hậu bốn mùa với mùa hạ nóng ẩm, mùa đông lạnh khô là:

① khu vực phía nam vĩ tuyến 16º bắc

② khu vực phía bắc vĩ tuyến 16º bắc

③ khu vực Tây Nguyên và Nam Bộ

④ khu vực phía đông dãy Trường Sơn

5. Trong các vùng sau, vùng nào về mùa đông ít lạnh?

① Sa Pa, Đà Lạt ② Tam Đảo, Mẫu Sơn

③ Khu vực Nam bộ ④ Khu vực Hà Nội

6. Nhìn chung, khí hậu thời tiết Việt Nam có đặc điểm ⋯

① nhiệt đới, lạnh
② nhiệt đới, ẩm, gió mùa
③ nhiệt đới, lục địa
④ nhiệt đới đại dương

7. Con số 25°C có nghĩa là:

① nhiệt độ trung bình vào mùa hè trên cả nước
② nhiệt độ trung bình vào mùa hè ở Hà Nội
③ nhiệt độ trung bình vào mùa hè ở thành phố Hồ Chí Minh
④ nhiệt độ trung bình vào mùa hè ở vùng núi phía Bắc

8. Tính chất nhiệt đới của khí hậu Việt Nam thể hiện ở ⋯

① số giờ nắng đạt từ 2500 - 3200 giờ/năm
② số giờ nắng đạt từ 2000 - 3000 giờ/năm
③ số giờ nắng đạt từ 1500 - 3000 giờ/năm
④ số giờ nắng đạt từ 1500 - 3500 giờ/năm

9. Lượng mưa trung bình năm của Việt Nam là bao nhiêu?

① 1000 - 2000 mm
② 1200 - 3000 mm
③ 3000 - 3500 mm
④ 2500 - 3000 mm

10. Độ ẩm không khí bình quân cả năm của khí hậu Việt Nam là bao nhiêu?

① trên 85%
② khoảng 84%
③ trên dưới 80
④ dưới 70%

III. Viết lại các câu dưới đây (dựa vào phần in đậm, gạch dưới)

1. Trong lớp chỉ con lại **duy nhất** một sinh viên.

2. Dạo này, thời tiết **mỗi ngày một** lạnh.

3. Các sinh viên học tiếng Việt **mỗi ngày một** tiến bộ.

4. Gia đình ấy có **tất cả** 12 đứa con.

5. Tất cả mọi người đều **có hoàn cảnh khác nhau**.

6. **Ai cũng** đều có nghĩa vụ bảo vệ Tổ quốc.

IV. Chọn câu gần nghĩa với câu sau

1. Cứ cách một năm tôi về nước một lần.

① Năm nào tôi cũng về nước một lần.
② Tôi về nước mỗi năm một lần.
③ Cứ hai năm tôi lại về nước một lần.
④ Cứ một năm tôi lại về nước một lần.

2. Tôi đã lo xong tất cả mọi việc giám đốc giao.

① Tôi đã chuẩn bị xong mọi việc giám đốc giao.
② Tôi lo lắng về mọi việc giám đốc giao.
③ Tôi lo lắm mọi việc giám đốc giao.
④ Cứ có việc giám đốc giao là tôi rất lo.

V. Chọn câu khác nghĩa với câu dưới đây

1. Anh ấy bị cảnh sát phạt rất nặng vì đi xe máy vào đường cấm.

① Anh ấy do cảnh sát phạt rất nặng vì đi xe máy vào đường cấm.
② Anh ấy bị phạt rất nặng vì đi xe máy vào đường cấm.
③ Cảnh sát phạt anh ấy rất nặng vì đi xe máy vào đường cấm.
④ Vì đi xe máy vào đường cấm nên anh ấy bị cảnh sát phạt rất nặng.

2. Mỗi năm, ở Việt Nam trung bình xuất hiện 5 đến 10 cơn bão có gió mạnh từ cấp 8 trở lên.

① Mỗi năm, ở Việt Nam bình quân xuất hiện 5 đến 10 cơn bão có gió mạnh từ cấp 8 trở lên.
② Mỗi năm, ở Việt Nam trung bình có từ 5 đến 10 cơn bão với gió mạnh từ cấp 8 trở lên.
③ Hàng năm, ở Việt Nam xuất hiện 5 đến 10 cơn bão có gió mạnh trung bình từ cấp 8 trở lên.
④ Hàng năm, ở Việt Nam trung bình xuất hiện 5 đến 10 cơn bão có gió mạnh từ cấp 8 trở lên.

VI. Hãy viết đoạn văn theo các chủ đề sau

1. Về khí hậu và thời tiết Hàn Quốc
2. Về những thuận lợi của cuộc sống ở thành phố

Bản ghi nhớ

Bài 04

Thời tiết nóng đến nỗi không ai muốn ra đường

CÂU MẪU (문형)

1. Kết cấu so sánh tuyệt đối "**TT (trợ từ) + đến nỗi (đến mức) + mệnh đề**"
2. Kết cấu có **thành phần đồng vị ngữ**
3. Cách dùng: "**nói chung là …**" và cặp từ "**… nói chung … nói riêng**"
4. Mở rộng thành phần câu: **mở rộng thành phần chủ ngữ (CN)**

A

1. Thời tiết nóng **đến nỗi** không ai muốn ra đường.
2. Phim ấy hay **đến mức** ai cũng muốn đi xem.
3. Gió mạnh **đến nỗi** không thể đi xe đạp được.
4. Trời tối **đến nỗi** không nhìn thấy gì cả.
5. Bài tập khó **đến nỗi** không sinh viên nào làm được.
6. Bà ấy bận **đến mức** không có thời gian nghỉ ngơi.

B

1. **Là thủ đô của Việt Nam**, Hà Nội **cũng là thành phố của hòa bình**.
2. **Là quê hương tôi**, thành phố Huế **thật đẹp**!
3. **Là thành phố lớn nhất Việt Nam**, thành phố Hồ Chí Minh **có hơn 8 triệu dân**.
4. **Vừa đi đường**, anh ấy **vừa kể chuyện**.
5. **Vừa bền**, loại vải lụa này **vừa đẹp**.

C

1. Cô ấy **nói chung là** tốt, có thể làm bạn được.
2. Bài kiểm tra của em **nói chung là** đạt yêu cầu.
3. Sinh viên nước ngoài **nói chung** và sinh viên Hàn Quốc **nói riêng** đều chăm học.
4. Nhân dân thế giới **nói chung và** nhân dân Việt Nam **nói riêng** đều yêu chuộng hòa bình.
5. Điện thoại thông minh đang trở nên phổ biến đối với người Việt Nam **nói chung** và thế hệ trẻ Việt Nam **nói riêng**.

D

1. **Gió thổi** làm mát lòng người.
2. **Đất nước đổi mới** mang đến nhiều niềm vui cho mọi người.
3. **Mùa thu đẹp** đã đến!
4. **Anh làm như vậy** là không đúng.
5. **Cái áo** (mà) **mẹ mới mua** là hàng hiệu.
6. **Cô gái** (mà) **tôi gặp hôm qua** là bạn cùng lớp với tôi.
7. **Cháu khỏi bệnh** là nhờ các bác sĩ.
8. **Anh ấy về quê** đã được năm ngày.

TỪ VỰNG (어휘)

đến nỗi (mức)	…정도까지	gió mạnh	강한 바람
hòa bình	(和平) 평화	quê hương	(鄕) 고향
nói chung là	일반적으로	… nói chung … nói riêng …	일반적 … 개별적
yêu chuộng	사랑하다	điện thoại thông minh	(電話聰明) 스마트폰
phổ biến	(普遍) 보편적으로	thế hệ	(世系) 세대
thổi	바람이 불다	lòng người	사람의 마음
đổi mới	쇄신	mang đến (lại)	가져오다
niềm vui	즐거움, 기쁨	hàng hiệu	옷 등의 물품
bạn cùng lớp	같은 반 친구	khỏi bệnh	(病) 병에서 낫다
là nhờ	덕택, 도움이다		

CHÚ GIẢI NGỮ PHÁP (어법주해)

1 Kết cấu so sánh "TT (trợ từ) đến nỗi (đến mức) + mệnh đề"

còn gọi là kiểu câu so sánh tuyệt đối thể hiện một hành động, một trạng thái, một tính chất đạt mức độ cao, thậm chí dẫn tới một kết quả khác thường …

Ví dụ
- Hà Nội thay đổi nhanh **đến mức** ai cũng phải ngạc nhiên.
- Cô ấy đẹp **đến nỗi** chàng trai nào gặp cũng mê.

"**조사 + đến nỗi + 명제(절)**"의 절대비교문형은 최고 수준의 성질, 상태, 행동을 심지어 일반적이 않은 결과를 표현하고자 할 때 쓴다.

2 Kết cấu có thành phần đồng vị ngữ:

Là thành phần vị ngữ thứ hai có chức năng giải thích, thuyết minh thêm cho thành phần vị ngữ thứ nhất (đồng vị ngữ). Thực chất, kiểu câu có thành phần đồng vị ngữ là gồm hai câu có cùng 1 chủ ngữ (CN) được ghép lại thành 1 câu với hai vị ngữ. Chẳng hạn, hai câu:

"***Hà nội là thủ đô của nước Việt Nam***" (câu 1) và

"***Hà Nội cũng là thành phố của hòa bình***" (câu 2),

được ghép lại thành một câu có thành phần đồng vị ngữ:

"***Là thủ đô của nước Việt Nam, Hà Nội cũng là thành phố của hòa bình***".

Ví dụ
- Học tập là quyền lợi và đồng thời cũng là nghĩa vụ của mỗi chúng ta.
- Là nghĩa vụ, học tập đồng thời cũng là quyền lợi của mỗi chúng ta.

Khi biến đổi câu, thành phần đồng vị ngữ kiểu này tương ứng với từ nối "và" hoặc các cặp từ nối "**không chỉ (những) … mà còn …**"; "**… vừa … vừa …**".

Ví dụ
- Học tập **vừa** là quyền lợi **vừa** là nghĩa vụ của mỗi chúng ta.
- Học tập **không những** là quyền lợi **mà còn** là quyền lợi của mỗi chúng ta.

두 개의 술어로 결합된 문장: 두 번째 술어는 첫 번째 술어를 보충 해석 혹은 설명하는 기능을 한다. 이는 하나의 주어를 갖는 두 개의 문장이 결합하여 두 개의 술어를 갖는 하나의 문장을 이룬다. 예컨대, "하 노이는 베트남의 수도이다."와 "하 노이는 또한 평화의 수도이다."라는 두 개 문장이 결합하여 두 개의 술어를 갖는 하나의 문장이 되는 형태다. 문장을 바꿀 때 두 개 술어 성분은 등위접속사 "và" 혹은 "**không chỉ (những) … mà còn …**" 혹은 "**… vừa … vừa …**"의 형태와 비슷하다.

3 "**Nói chung là**" có nghĩa nói một cách bao quát (khái quát), không nói cái cụ thể, chi tiết. Còn cặp từ "**nói chung … nói riêng**" dùng để liên kết 2 từ, hai thành phần câu có quan hệ bao hàm (in general … in particular), và có ý nhấn mạnh vào phần "nói riêng".

Ví dụ
- Món ăn này **nói chung là** được.
- Tiếng Việt của anh ấy **nói chung là** tốt.
- Sinh viên nước ngoài **nói chung** và sinh viên Hàn Quốc **nói riêng** đều chăm học.

"**Nói chung là**"는 구체적이며 자세히가 아닌 포괄적(개괄적)으로 말하는 의미가 있다. "**Nói chung … nói riêng**"은 두 단어나 일반적 관계가 있는 두 문장을 연결하기 위하여 쓴다. "**nói riêng**"의 부분을 강조하는 의미가 있다.

4 **Chủ ngữ** là một trong những thành phần chính của câu, thường đứng ở đầu câu. Chủ ngữ có vai trò là chủ thể của hành động, của tính chất, của trạng thái được vị ngữ thể hiện. Chủ ngữ có thể được thể hiện bằng danh từ, danh ngữ, đại từ, cụm danh từ chỉ khoảng cách, số từ, ngữ cố định … v.v.

Ví dụ
- **Bố tôi** là nhân viên công ty.
- **Từ Hà Nội đến Hải Phòng** dài 105 km.
- **Chỉ tay năm ngón** thường làm hỏng việc.

Mở rộng thành phần chủ ngữ là quá trình biến đổi thành phần chủ ngữ của câu từ một danh từ hay cụm danh từ trở thành chủ ngữ có kết cấu là một c-v (mệnh đề).

Ví dụ
- **Con chuột** // làm vỡ lọ hoa. (một danh từ)
- **Con chuột chạy** // làm vỡ lọ hoa. (một c-v)

Hay
- **Quyển sách** // rất hay.
- **Quyển sách** (mà) **bạn cho mượn** // rất hay.

주어는 문장의 핵심 성분 중 하나이며 일반적으로 문두에 온다. 주어는 술어에 의하여 구현되는 행동, 성질, 상태의 주체 역할을 한다. 주어는 명사, 명사구, 대명사 등으로 구현된다. 주어 성분의 확대는 하나의 명사 혹은 집단 명사 문장의 주어 성분이 되기 위한 변화 과정이다. 이 중 집단 명사 문장은 절을 갖는 주어가 된다.

BÀI TẬP 1 (연습)

I. Sử dụng "… *đến nỗi (đến mức)* …" nối hai thành phần câu

1. Anh ta nói nhiều/ ai cũng cảm thấy khó chịu

2. Trời nóng/ không ai muốn đi ra ngoài

3. Công việc bận/ không kịp ăn, không kịp uống

4. Bộ phim gây xúc động/ ai cũng khóc

5. Gió thổi mạnh/ máy bay không hạ cánh được

6. Món ăn Hàn Quốc cay/ chảy cả nước mắt, nước mũi

7. Người Việt nói nhanh/ tôi không hiểu gì cả

II. Sử dụng "*đến nỗi, đến mức*" hoàn thành các câu

1. Trời tối đến nỗi ______________________________.
2. Gió to đến nỗi ______________________________.
3. Đường đông đến nỗi ______________________________.
4. Đường phố ô nhiễm đến nỗi ______________________________.
5. Cô ấy thay đổi đến nỗi ______________________________.
6. Anh ta thích đá bóng đến nỗi ______________________________.
7. Họ làm việc nhiều đến nỗi ______________________________.

III. Biến đổi câu theo mẫu với "*thành phần đồng vị ngữ*"

Mẫu 1: - Hà Nội là thủ đô của nước Việt Nam.

- Hà Nội có dân số khoảng 6,2 triệu người.
- **Là thủ đô của nước Việt Nam**, Hà Nội **có dân số khoảng 6,2 triệu người**

Tiếp tục với:

1. Ga Hà Nội đã bán vé tàu qua điện thoại.
2. Ga Hà Nội lại còn tổ chức bán vé tàu qua mạng (internet).

____

1. Bà Phùng Thị Lý là Phó trưởng ga xe lửa Hà Nội.
2. Bà Phùng Thị Lý cho biết ···

____

1. Hàn Quốc là xứ sở của Kim chi.
2. Hàn Quốc là đất nước rất tuyệt vời.

____

1. Chiến tranh là một hiểm hoạ của thế giới.
2. Chiến tranh sẽ không bao giờ chấm dứt.

1. Tây Bắc là một vùng rộng lớn của đất nước Việt Nam.
2. Tây Bắc rất giàu và đẹp.

1. Địa hình Việt Nam bao gồm ¾ là đồi núi.
2. Địa hình Việt Nam chủ yếu là đồi núi thấp.

1. Ông Mai-cơn Co-mơ-thai là Phó Chủ tịch Ủy ban Tự do tôn giáo quốc tế Hoa Kỳ.
2. Ông Mai-cơn Co-mơ-thai đã đến thăm Việt Nam năm 2007.

1. Sông Cửu Long dài 4.220 km.
2. Sông Cửu Long là một trong 12 con sông lớn nhất trên thế giới.

Mẫu 2: - Anh ấy **vừa** đi **vừa** hát.

- **Vừa** đi, anh ấy **vừa** hát.

Tiếp tục với:

1. Chúng tôi vừa uống cà phê vừa học.

2. Họ vừa đi vừa ăn trên đường.

3. Một tháng nay, các chị ấy vừa học vừa đi làm thêm.

4. Khi nhận được thư này, chị ấy vừa mừng vừa lo.

5. Bố tôi vừa đi đường vừa kể chuyện cho các con nghe.

6. Mẹ tôi vừa là giáo viên ở trường vừa là nội trợ ở nhà.

IV. Sử dụng "*nói chung*" và "*nói chung*" ··· "*nói riêng*" hoàn thiện các câu sau

1. Giá cả sinh hoạt ở Việt Nam ________ tương đối rẻ.
2. Vào mùa đông, thời tiết ở Hàn Quốc ________, ở thủ đô Seoul ________. đều rất lạnh.
3. Anh ấy ________ là tốt.
4. Nhân dân thế giới ________. nhân dân Hàn Quốc ________. đều yêu chuộng hòa bình.
5. Sinh viên học tiếng Việt ở HUFS ________ thông minh và chăm chỉ.
6. Đời sống của nhân dân ________, của người lao động ________ ngày càng được cải thiện.
7. Các phương tiện đi lại ở Hàn Quốc ________ thuận lợi.
8. Ở Nam Bộ ________, thành phố Hồ Chí Minh ________ cải lương là một loại hình nghệ thuật sân khấu phổ biến.
9. Món ăn của Hàn Quốc ________ đủ dinh dưỡng.
10. Thời tiết của các nước Đông Á ________ lạnh.
11. Thế hệ trẻ ________, thanh niên Việt Nam ________. rất thích điện thoại thông minh.

V. Phân tích thành phần mở rộng chủ ngữ các câu sau

Mẫu 1: - Mùa đông lạnh giá sắp đến rồi!

- **Mùa Đông lạnh giá** //sắp đến rồi!

(CN: "Mùa đông lạnh giá"; VN: "sắp đến rồi!"; CN của câu là một C-V ("Mùa đông" → CN; "lạnh giá" → VN)

Tiếp tục với:

1. Anh ấy thất bại đem lại cho tôi nhiều kinh nghiệm.

2. Bà Năm bán rau có một vườn rau xanh tốt.

3. Chiếc cặp sách thân thiết đựng đầy sách vở.

4. Chúng tôi khoác vai nhau tới trường.

5. Các sinh viên học giỏi tiếng Việt đều tập trung ở lớp này.

6. Chim hót đón chào bình minh.

7. Sinh viên đang đứng nói chuyện với tôi là người Việt Nam.

8. Chị nói như thế là sai.

Mẫu 2: - Trường đại học em đang học là đại học Ngoại ngữ Hàn Quốc.

- Trường đại học (mà) **em đang học** //là đại học Ngoại ngữ Hàn Quốc.("Trường đại học (mà) **em đang học**" là CN; "là đại học Ngoại ngữ Hàn Quốc" là VN của câu; CN được mở rộng bằng một c-v, trong đó "em" là chủ ngữ và "đang học" là vị ngữ)

Tiếp tục với:

1. Những món ăn mẹ tôi nấu rất ngon.

2. Các giáo viên dạy tiếng Việt cho chúng tôi hiện nay đều là người Việt Nam.

3. Nơi tôi sinh ra và lớn lên là thủ đô Seoul.

4. Ngoại ngữ chúng tôi đang học là tiếng Việt.

5. Cuốn sách anh giới thiệu với tôi rất hay.

6. Khách sạn chúng tôi đang ở mới được xây dựng.

7. Cái áo chị ấy đang mặc có vẻ không hợp với chị ấy.

BÀI ĐỌC (독해)

ĐỊA HÌNH VIỆT NAM

Địa hình Việt Nam bao gồm ba phần tư (3/4) là đồi núi nhưng chủ yếu là đồi núi thấp; nhiều sông, ngòi; hai đồng bằng lớn và có bờ biển dài khoảng 3.260 km không kể các đảo và quần đảo.

Địa hình đồi núi thấp dưới 1000 mét chiếm tới 85%; núi cao trên 2000 mét chiếm khoảng 1%; cao nhất là đỉnh Phanxipăng (3143 mét). Vùng đồi núi là nơi có nhiều tài nguyên và **cảnh quan** thiên nhiên tươi đẹp. Rừng Việt Nam, chủ yếu là rừng rậm nhiệt đới, chỉ có một lượng nhỏ rừng ngập mặn ở ven biển.

Việt Nam có hệ thống sông ngòi dày đặc. Các sông lớn ở phía bắc là sông Hồng, sông Đà, sông Thái Bình, sông Mã ···; còn ở phía nam gồm sông Tiền, sông Hậu và sông Đồng Nai. Mùa mưa, các con sông thường gây ra lũ lụt. Đất đai có thể sử dụng cho nông nghiệp chiếm một phần tư diện tích (khoảng 20%), gồm hai đồng bằng lớn: đồng bằng sông Hồng (miền Bắc) và đồng bằng sông Cửu Long (miền Nam). Đồng bằng là nơi tập trung dân cư đông đúc.

Sông Hồng bắt nguồn từ Vân Nam, Trung Quốc, dài khoảng 1.200 km. Đồng bằng sông Hồng giống như một tam giác. Diện tích **xấp xỉ** 15.000 km vuông; nhỏ hơn nhưng lại đông dân hơn đồng bằng sông Cửu Long. Trước năm 1975, khu vực đồng bằng sông Hồng đóng góp

70% sản lượng nông nghiệp và 80% sản lượng công nghiệp của miền Bắc Việt Nam.

Dài 4.220 km, Sông Mê Công là một trong 12 con sông lớn nhất thế giới. Sông Mê Công bắt nguồn từ Tây Tạng, chảy qua Vân Nam (Trung Quốc), qua Lào, Myanma và Thái Lan; tiếp tục chảy qua Phnôm Pênh (Cămpuchia), rồi chia thành hai nhánh chảy xuống Việt Nam (Tiền Giang và Hậu Giang), cuối cùng chảy ra biển bằng chín nhánh, gọi là Cửu Long (chín con rồng). Sông Mê Công nổi tiếng là con sông mang nhiều phù sa màu mỡ. Đồng bằng sông Cửu Long, với diện tích 40.000 km vuông, là một đồng bằng thấp. Trong đó, khoảng 10.000 km vuông đồng bằng hiện được **dùng** cho sản xuất lúa gạo, **biến** nơi đây thành một trong những vùng sản xuất lúa gạo lớn trên thế giới.

TỪ VỰNG (어휘)

địa hình	(地形) 지형	đồi núi	산악
chủ yếu (là)	(主要) 주요	sông ngòi	하류
đồng bằng	평원	bờ biển	해안
đảo	(島) 섬	quần đảo	(群島) 섬
chiếm	(占) 점하다	đỉnh	(頂) 정상
tài nguyên	(財源) 재원	cảnh quan	(景觀) 경관
rừng rậm	정글	rừng ngập mặn	염기가 있는 정글 (맹그루나무 숲)
dày đặc	넓은	lũ lụt	침수
đất đai	땅	dân cư	(民居) 거민
bắt nguồn	발원하다	tam giác	(三角) 삼각
sản lượng	(生量) 생산량	nông nghiệp	(農業) 농업
công nghiệp	(工業) 공업	chảy qua	지나가
nhánh	빠른	phù sa	(浮沙)충적토
màu mỡ	비옥한	biến	(變) 변하다
vùng, khu vực	(區域) 구역		

BÀI TẬP 2 (연습)

I. Lựa chọn từ ngữ thích hợp điền vào chỗ trống

1. Bờ biển Việt Nam dài khoảng 3.260 km ______ các quần đảo và đảo.

① không kể　　② chưa tính vào　　③ chưa kể hết

2. Có thể thay thế từ "xấp xỉ" ở đoạn 4 bằng những từ nào?

① tương đối, khá　　② khoảng, chừng　　③ hơn, trên

3. Tìm từ gần nghĩa với từ "cảnh quan" ở đoạn 2?

① cảnh đẹp　　② phong cảnh　　③ cảnh thú vị

4. Ở câu "Trong đó, khoảng 10.000 km vuông đồng bằng hiện được dùng cho sản xuất lúa gạo, …", hãy tìm từ có thể thay thế cho từ "dùng"?

① sử dụng　　② vận dụng　　③ tận dụng

5. Có thể thay thế từ "biến" ở đoạn 4 bằng những từ nào?

① sản xuất, sản lượng　　② làm, làm cho　　③ bồi, bồi đắp

6. Theo nội dung bài đọc, sông Mê Công chảy qua mấy quốc gia?

① năm quốc gia　　② sáu quốc gia　　③ bảy quốc gia

7. Ý chính của bài đọc trên là gì?

① Bài đọc nói về địa hình và các đồng bằng Việt Nam.
② Bài đọc nói về địa hình và các sông ngòi Việt Nam.
③ Bài đọc nói về địa hình Việt Nam.

8. Hãy tìm và viết câu chủ đề của bài đọc?

II. Tìm câu, ý gần nghĩa với câu đưa ra

1. Bờ biển Việt Nam dài khoảng 3.260 km không kể các đảo và quần đảo.

① Không kể các đảo và quần đảo, bờ biển Việt Nam dài khoảng 3.260 km.
② Bờ biển Việt Nam dài khoảng 3.260 km kể cả các đảo và quần đảo.
③ Kể cả các đảo và quần đảo, bờ biển Việt Nam dài khoảng 3.260 km.
④ Bao gồm cả đảo và quần đảo, bờ biển Việt Nam dài hơn 3.260 km.

2. Vùng đồi núi là nơi có nhiều tài nguyên và cảnh quan thiên nhiên tươi đẹp.

① Vùng đồi núi là nơi chỉ có nhiều tài nguyên mà không có nhiều cảnh quan thiên nhiên tươi đẹp.
② Vùng đồi núi là nơi không chỉ có nhiều tài nguyên mà cả lẫn nhiều cảnh quan thiên nhiên tươi đẹp.
③ Vùng đồi núi là nơi vừa có nhiều tài nguyên vừa có nhiều cảnh quan thiên nhiên tươi đẹp.
④ Vùng đồi núi là nơi có cả tài nguyên mà cả nhiều cảnh quan thiên nhiên tươi đẹp.

III. Tìm câu khác nghĩa với câu đưa ra

1. Sông Mê Công dài 4.220 km, là một trong 12 con sông lớn nhất trên thế giới.

① Sông Mê Công, dài 4.220 km, là con sông đứng thứ 12 trên thế giới.
② Là một trong 12 con sông lớn nhất trên thế giới, sông Mê Công, dài 4.220 km.
③ Dài 4.220 km, sông Mê Công là một trong 12 con sông lớn nhất trên thế giới.
④ Chiều dài của sông Mê Công là 4.220 km và nó là một trong 12 con sông lớn nhất trên thế giới.

2. Đồng bằng sông Cửu Long, với diện tích 40.000 km vuông, là một đồng bằng thấp.

① Với diện tích 40.000 km vuông, đồng bằng sông Cửu Long là một đồng bằng thấp.
② Đồng bằng sông Cửu Long có diện tích 40.000 km vuông và là một đồng bằng thấp.
③ Đồng bằng sông Cửu Long không những có diện tích 40.000 km vuông mà còn là một đồng bằng thấp.
④ Chỉ có với diện tích 40.000 km vuông, đồng bằng sông Cửu Long là một đồng bằng thấp.

IV. Hãy viết đoạn văn theo các chủ đề sau

1. Viết về địa hình Hàn Quốc
2. Viết về quê hương em

Bản ghi nhớ

Bài 05

Thà đi xe máy còn hơn đi ô tô

CÂU MẪU (문형)

1 Kết cấu "**Thà A còn hơn B …**"
2 Cách dùng: **thảo nào, hèn chi (gì), hèn nào**
3 Mở rộng thành phần câu: **mở rộng thành phần vị ngữ (VN)**

A

1. **Thà** đi xe máy **còn hơn** đi ô tô.
2. **Thà** đắt mà tốt **còn hơn** rẻ mà xấu (chất lượng kém).
3. **Thà** có ít bạn mà tốt **còn hơn** nhiều bạn mà không tốt.
4. Nếu biết phim dở thế này **thà** ở nhà **còn hơn**.
5. **Thà** chết **chứ không** làm nô lệ.
6. **Thà** bị đói **chứ không** bị nhục.

B

1. (*Đêm qua chị ấy mất ngủ*). **Thảo nào** sáng nay chị ấy dậy muộn.
2. (*Anh ấy vi phạm luật giao thông*). **Thảo nào** anh ấy bị phạt.
3. (*Bà ấy đi du lịch nước ngoài*). **Hèn gì** một tuần nay tôi không gặp.
4. Nó ốm, **thảo nào** không thấy đi học.
5. Họ chuẩn bị cưới nhau, **hèn nào** hạnh phúc thế.
6. Vừa đỗ vào đại học, **thảo nào** em ấy vui như vậy.

C

1. Bố tôi **tóc đã bạc**.
2. Tôi **tên là Mai**.
3. Xe này **máy hỏng**.
4. Cậu ấy **làm tôi thất vọng**.
5. Mưa **làm chúng tôi bị ướt**.
6. Bão **làm cây bị đổ**.
7. Tiếng ồn **khiến mọi người mất tập trung**.
8. Câu hỏi **khiến nó lúng túng**.

TỪ VỰNG (어휘)

thà … còn hơn …	… 하느니 차라리…하겠다	thà … chứ không …	…하느니 차라리 …하겠다
dở	재미없는, 시시한	nô lệ	(奴隷) 노예
đói	굶다	nhục (nhã)	(辱) 욕
thảo nào	그 때문에, 그래서	tóc bạc	흰 머리
làm (cho)	…하게 하다	khiến (cho)	…하게 하다
máy (máy móc)	기계	thất vọng	(失望) 실망하다
bị ướt	젖다	bị đổ	넘어뜨리다
tập trung	(集中) 집중하다	lúng túng	어리둥절한

CHÚ GIẢI NGỮ PHÁP (어법주해)

1 Kết cấu: "Thà A còn hơn B …"

Thông thường B tốt hơn A nhưng trong một ngữ cảnh cụ thể nào đó, người nói lại lựa chọn A, chấp nhận A để tránh một điều gì đó.

Ví dụ - (Đường xấu thế này), thà **đi bộ** còn hơn **đi xe đạp**.

Ở mức độ mạnh hơn, sử dụng: "**Thà A chứ không B**" có nghĩa chấp nhận A, đồng thời phủ định B và không thể chấp nhận được B.

Ví dụ - Thà **chết** chứ không **làm nô lệ**.
- Thà **bạn phụ mình** chứ **mình không phụ bạn**.

"**Thà A còn hơn B …**"는 통상적으로 "B가 A보다 좋다"이지만. 그 어떤 구체적 상황에서 화자가 그 무엇을 피하기 위하여 A를 선택 혹은 받아들이는 의미를 갖는다.

2 Cách dùng: "Thảo nào" (hèn gì, hèn chi, hèn nào, chẳng trách)

Cụm từ biểu thị mối quan hệ nguyên nhân - kết quả; kết quả là điều không còn ngạc nhiên, sau khi đã hiểu rõ nguyên nhân. Nói cách khác, sau khi đã hiểu được nguyên nhân, thì mọi băn khoăn trước đây về kết quả hoàn toàn không còn ngạc nhiên nữa.

Ví dụ - Nó bị ốm, **thảo nào** mấy hôm nay không thấy đi học.
- Học lười như vậy, **chẳng trách** bị trượt.

"**Thảo nào (hèn gì, hèn chi, hèn nào, chẳng trách)**"는 모든 원인과 결과를 표현한다. 결과는 원인을 분명히 안 이후에 더 이상 놀라지 않는다는 점이다. 달리 말해, 원인을 이해한 이후에 결과에 대하여 이전에 궁금했던 모든 것에 완전히 더 이상 놀라지 않는다 점이다.

3 **Mở rộng thành phần vị ngữ (VN) của câu**: Vị ngữ cũng là một thành phần chính của câu. ***Về ý nghĩa***, vị ngữ biểu thị sự hoạt động, tính chất, trạng thái của người, hiện tượng, sự vật được nêu ở chủ ngữ. Nghĩa của vị ngữ bao giờ cũng ở trong mối quan hệ với nghĩa của chủ ngữ. Tuy nhiên, nghĩa của vị ngữ đa dạng hơn và tùy thuộc vào các kiểu câu khác nhau mà có những vị ngữ khác nhau. ***Về tổ chức***, vị ngữ được tổ chức bằng các động từ đơn, tính từ đơn hoặc nhóm động từ, nhóm tính từ và một số từ loại khác nhau như đại từ, số từ, danh từ, ⋯

Mở rộng thành phần vị ngữ là vị ngữ của câu không còn được thể hiện bằng một động từ (hay nhóm động từ), tính từ (hay nhóm tính từ) ⋯, mà nó mở rộng bằng một c-v.

Ví dụ
- Sông Thương **như thế nào**?
  + Sông Thương **đẹp**. (tính từ)
  + Sông Thương **đẹp và thơ mộng**. (cụm tính từ)
  + Sông Thương// **nước chảy đôi dòng** (một c-v) trong đó "nước" (c) và "chảy đôi dòng" (v)
- Tóc của bố anh **như thế nào**?
  + Tóc (của) bố tôi đã **bạc**. (tính từ)
  + Bố tôi **tóc đã bạc** (một c-v) trong đó "tóc" (c) và "đã bạc" (v)
- Vải này **khổ hẹp**.
  - Cái bàn này **chân bị gãy**.
  ⋯v.v.

문장의 술어 성분 확대: 술어도 문장의 한 핵심 성분이다. 의미에서, 술어는 주어에서 언급된 사람, 현상, 사물의 활동, 성질, 상태를 표현한다. 술어의 의미는 언제나 주어의 의미와의 관계속에 있다. 그러나, 술어의 의미는 더 다양하며, 서로 다른 문형에 따라 서로 다른 술어들을 갖는다. 조직에서, 술어는 단순 동사, 단순 형용사, 집단 동사, 집단 형용사 그리고 대명사, 수사(數詞), 명사와 같은 다른 종류의 단어들로 조직된다.
술어 성분의 확대는 문장의 술어가 하나의 동사 혹은 집단 동사, 하나의 형용사 혹은 집단 형용사로 구현되지 않고 하나의 절로 확대한다.

BÀI TẬP 1 (연습)

I. Sử dụng "*thà* ⋯ *còn hơn* ⋯" nối hai thành phần câu theo mẫu:

Mẫu 1: - bị đói/ bị nhục

- Chúng tôi *thà* bị đói *còn hơn* bị nhục.

Tiếp tục với:

1. uống bia/ uống rượu

2. ăn cháo/ ăn cơm

3. không làm/ làm

4. không biết/ biết như thế

5. không hát/ hát dở

6. không có bạn/ bạn không tốt

Mẫu 2: - Món ăn này dở thế này …… /(ăn)

- Món ăn này dở thế này *thà không ăn còn hơn*.

Tiếp tục với:

1. Nếu anh làm như vậy ______. (làm)

2. Nói chuyện dở như thế ______. (nói)

3. Học mà không tiến bộ ______. (học)

4. Giải thích mà sai ______. (giải thích)

5. Đến lớp mà ngủ ______. (đến)

6. Chồng con như vậy ______. (có)

II. Hoàn thành câu với "*thảo nào hèn gì, hèn chi, hèn nào, chẳng trách*" theo mẫu

Mẫu: - Nó bị ốm mấy hôm rồi (nó không đi học).

- **Thảo nào** nó không đi học.

Tiếp tục với:

1. Bố chị ấy là nghệ sĩ đàn Pi-a-nô nổi tiếng (chị ấy chơi Pi-a-nô giỏi thế).

2. Bà ấy đang có chuyện buồn (trông bà ấy buồn quá!).

3. Theo dự báo thời tiết, ngày mai ở Hà Nội sẽ có bão lớn (hôm nay trời quá oi bức).

4. Đêm qua chị ấy không ngủ được (sáng nay chị ấy ngủ trong lớp).

5. Chị ấy đang giảm cân (một tháng nay chị ấy ăn kiêng).

6. Chuẩn bị thi tốt nghiệp (các sinh viên học cả ngày cả đêm).

III. Chuyển câu với "*thảo nào hèn gì, hèn chi, hèn nào, chẳng trách*" sang "*vì… nên*" theo mẫu.

Mẫu: - Nó ốm mấy ngày rồi, **thảo nào** không thấy đi học.

- **Vì** bị ốm **nên** nó không đi học.

Tiếp tục với:

1. Nó chơi game cả đêm **hèn gì** giờ này vẫn còn ngủ.

2. Mỗi năm bình quân có 7, 8 cơn bão **thảo nào** vùng này gặp nhiều khó khăn.

3. Đêm qua có gió mạnh, **hèn nào** sáng nay trên đường phố nhiều cây bị đổ.

4. Mấy hôm nữa được nhận căn hộ mới, **chẳng trách** anh chị ấy rất vui.

5. Gia đình có điều kiện, **hèn chi** nó tiêu tiền như thế!

6. Do nông sản khó tìm đầu ra **hèn gì** mấy hôm nay Bộ trưởng họp suốt.

IV. Biến đổi các câu sau thành câu có thành phần vị ngữ mở rộng

1. Tên của tôi là Park.

2. Máy của chiếc ô tô này đã bị hỏng.

3. Trời mưa to nên quần áo của chị Lee đã bị ướt.

4. Đã hơn 90 tuổi nên dạo này mắt của bà tôi đã mờ, chân của bà tôi đã chậm.

5. Giá của quyển sách này là một trăm ngàn.

6. Màu áo của chị Park rất hợp với chị ấy.

7. Điều hòa của căn phòng này bị trục trặc.

8. Bìa của cuốn sách này đã bị rách.

V. Biến đổi các câu sau thành câu có vị ngữ không mở rộng, theo mẫu

Mẫu: - Bố tôi tóc đã bạc.

- Tóc (của) bố tôi đã bạc.

Tiếp tục với:

1. Anh ấy vai lệch phải.

2. Mẹ tôi tay không lúc nào nghỉ.

3. Chị Lee lớp em mái tóc rất đẹp.

4. Cây hồng hoa đã nở.

5. Lớp học chúng em giờ ra chơi rất vui.

6. Cái xe này màu đẹp.

7. Chiếc xe đạp này phanh đã bị hỏng.

8. Đôi dép này quai đã bị đứt.

VI. Luyện tập câu mở rộng cả chủ ngữ và vị ngữ, theo mẫu

Mẫu: - Lan học giỏi/ bố mẹ rất vui [**làm** (cho), **khiến** (cho)]

- Lan học giỏi **làm** (cho) bố mẹ rất vui

Tiếp tục với:

1. Nó cười /cả nhà cười theo

2. Anh ấy phê bình /chị ấy buồn

3. Chị ấy đến /cả nhà vui

4. Thời tiết lạnh kéo dài /nông dân lo nắng

5. Giám đốc hứa tăng lương /mọi người phấn khởi

6. Thầy giáo hỏi khó /sinh viên lúng túng

7. Bố mẹ ly hôn /con cái đau khổ

8. Chị ấy đến /chúng tôi rất tự tin

9. Cơn bão ập đến /giao thông gặp nhiều khó khăn

10. Bố mẹ quan tâm chu đáo /con cái luôn cảm thấy hạnh phúc

11. Cô giáo hỏi nhiều /chúng tôi trả lời không kịp

12. Bài thi khó /khiến anh ấy bị trượt

BÀI ĐỌC (독해)

CÀ PHÊ

Cà phê là chất kích thích, làm tăng lo lắng, tay chân run. Nhưng điều này chỉ xảy ra khi bạn uống từ 5 đến 6 tách một ngày. Trong khi đó, nếu dùng từ 2 đến 3 tách /ngày, cà phê là thức uống tốt cho cơ thể. Thành phần chính trong cà phê là caffeine. Caffeine làm tăng hưng phấn đối với hệ thần kinh. Khi hưng phấn tăng khiến cho chúng ta tập trung và di chuyển nhanh hơn. Vì thế, cafeine được xem như là chất kích thích trong thể thao. Cà phê còn giúp tăng trí nhớ trong thời gian ngắn, làm tăng khả năng tập trung nhưng làm giảm khả năng phản ứng. Cũng như trà, cà phê còn có thể chống ung thư, nhất là ung thư tiêu hóa. Ngoài ra, cà phê còn làm chậm quá trình phát triển của bệnh pakinson, ngăn cản quá trình lão hóa và kích thích hoạt động của tinh trùng··· Cà phê cũng có một số tác hại: gây mất ngủ, cao huyết áp và phụ nữ mang thai không nên uống nhiều cà phê vì đứa trẻ sinh ra sẽ hay khóc. Đối với tim mạch, cà phê vừa có tác dụng làm tăng, vừa làm giảm bệnh nhồi máu tùy thuộc vào khả năng chuyển hóa nhanh hay chậm chất cafeine trong cơ thể từng người. Một tách cà phê đen không có nghĩa là nhiều cafeine hơn. Cà phê arabica có hàm lượng cafeine cao gấp 2 lần cà phê robusta; cà phê tan có hàm lượng cafeine thấp hơn 2 lần cà phê phin.

Phỏng theo "*Tri thức Bách khoa*"

TỪ VỰNG (어휘)

kích thích	자극하다, 촉진하다	lo lắng	걱정하다
tăng	(增) 증가시키다	giảm	(減) 감하다, 줄이다
run	몸을 떨다	tách (ly)	컵, 잔
thức uống, đồ uống	음료	hưng phấn	(興奮) 흥분시키다
hệ thần kinh	(系神經) 신경계통	di chuyển	(移轉) 이전하다
trí nhớ	(智) 기억력	khả năng	(可能) 가능하다
phản ứng	(反應) 반응하다	chống (lại)	저항하다, 막다
ung thư	암	tiêu hóa	(消化) 소화하다
bệnh pakinson	(病) 파키슨병	ngăn cản	저지하다, 막다
lão hóa	(老化) 노화	tinh trùng	(精蟲) 정자
tác hại	(作害) 해를 끼치다	cao huyết áp	(高血壓) 고혈압
mang (có) thai	임신하다	tim mạch	(脈) 맥박
bệnh nhồi máu	(病) 출혈병	chuyển hóa	(轉化) 변화하다
chất (caffeine)	(質) 카페인성질	hàm lượng	(含量) 함량

BÀI TẬP 2 (연습)

I. Trả lời câu hỏi bằng cách lựa chọn đáp án đúng

1. Cà phê là chất kích thích, làm tăng lo lắng, tay chân run khi uống ···

① từ 4 đến 5 tách/ ngày ② từ 2 đến 3 tách/ ngày
③ từ 5 đến 6 tách/ ngày ④ từ 1 đến 2 tách/ ngày

2. Caffeine là một chất kích thích thường có ở trong những loại đồ uống nào?

① cà phê ② nước trà
③ ca cao ④ cả 3 phương án trên

3. Cafeine có tác dụng tăng hưng phấn đối với hệ cơ quan nào trong cơ thể con người?

① hệ bài tiết ② hệ thần kinh
③ hệ sinh dục ④ hệ tiêu hóa

4. Trà và cà phê có tác dụng chống ung thư, đặc biệt là ung thư đối với hệ cơ quan nào trong cơ thể con người?

① hệ cơ quan hô hấp ② hệ cơ quan tiêu hoá
③ hệ cơ quan tuần hoàn ④ hệ cơ quan thần kinh

5. Vì sao phụ nữ mang thai không nên uống nhiều cà phê?

① vì phụ nữ vốn không thích uống cà phê.
② vì đứa trẻ sinh ra tay sẽ bị run.
③ vì đứa trẻ sinh ra sẽ hay khóc.
④ cả ② và ③

6. Vì sao người ta gọi cà phê là chất kích thích?

① vì cà phê ngăn cản chất cafeine.
② vì chất cafeine có tác dụng tăng hưng phấn.
③ vì cà phê làm tăng quá trình lão hóa.
④ vì cà phê làm mất khả năng tập trung.

7. Hãy so sánh hàm lượng caffeine có trong hai loại cà phê Robusta và Arabica?

① Cả hai loại cà phê này đều có hàm lượng caffeine tương đương nhau.
② Cà phê Robusta có hàm lượng caffeine cao gấp ba lần Arabica.
③ Cà phê Arabica có hàm lượng caffeine cao gấp hai lần Robusta.
④ Hàm lượng caffeine trong loại cà phê Arabica chỉ bằng một nửa cà phê Robusta.

8. Nội dung chính của đoạn văn trên nói về gì?

① những mặt có lợi và có hại của cà phê
② những mặt tích cực của cà phê
③ những tác hại do cà phê gây ra
④ cà phê có nhiều tác dụng đối với sức khỏe con người

II. Hãy tìm các ý hỗ trợ cho mặt ích lợi của cà phê

III. Hãy tìm các ý hỗ trợ cho mặt tác hại của cà phê

IV. Tìm câu, ý gần nghĩa với câu đưa ra

1. Chắc chắn hôm qua mình nói với cậu rồi mà.

① Mình nói với cậu hôm qua rồi còn gì.
② Mình nói với cậu hôm qua rồi nhỉ?
③ Mình nói với cậu hôm qua rồi à?
④ Mình nói với cậu hôm qua rồi đúng không?

2. Tôi cố gắng tận dụng cơ hội để học hỏi.

① Tôi cố gắng lợi dụng cơ hội để học hỏi.
② Tôi cố gắng tập trung cơ hội để học hỏi.
③ Tôi cố gắng sử dụng hết cơ hội để học hỏi.
④ Tôi cố gắng tranh thủ cơ hội để học hỏi.

V. Tìm câu, ý khác nghĩa với câu đưa ra

1. Mỗi năm bà ấy về Việt Nam một lần thăm họ hàng và bạn bè.

① Năm nào bà ấy cũng về Việt Nam để thăm họ hàng và bạn bè.
② Bà ấy chỉ về Việt Nam một lần thăm họ hàng và bạn bè.
③ Hàng năm bà ấy đều về Việt Nam thăm họ hàng và bạn bè.
④ Mỗi năm một lần bà ấy về Việt Nam thăm họ hàng và bạn bè.

2. Không chỉ nước nghèo mà cả nước giàu cũng có người nghèo.

① Người nghèo sống ở cả nước giàu lẫn nước nghèo.

② Chỉ nước nghèo mới có người nghèo.

③ Cả nước giàu lẫn nước nghèo đều có người nghèo.

④ Người nghèo vừa có ở nước giàu vừa có ở nước nghèo.

VI. Hãy viết đoạn văn theo chủ đề sau

1. Viết về giao thông ở thủ đô Seoul
2. Viết về học tiếng Việt ở HUFS

Bài 06

Ở Việt Nam, cứ đến mùa hè là mưa, bão

CÂU MẪU (문형)

1 Kết cấu … **cứ A là (thì) B** …
2 Câu hỏi: **Liệu … có … không?**
3 Mở rộng thành phần câu: thành phần bổ ngữ trực tiếp

A

1. Ở Việt Nam, **cứ** đến mùa hè **là** mưa, bão.
2. **Cứ** (đến) 12 giờ **là** chúng tôi ăn trưa.
3. **Cứ** có phim mới **là** chị ấy đi xem ngay.
4. **Cứ** được nghỉ học **là** sinh viên rất vui.
5. Ông ấy **cứ** nói **là** mọi người buồn ngủ.

B

1. **Liệu** năm nay con trai **có** thi đỗ đại học **không** (nhỉ)?
2. **Liệu** anh ấy **có** đến đúng giờ **không**?
3. (*Người đông thế này*). **Liệu** chị ấy **có** nhận ra mình không?
4. (*Bà ấy đang đi tìm con trai*). **Liệu** bà ấy **có** tìm được con trai **không**?
5. (*Sắp đến giờ họp rồi*). **Liệu** giám đốc **có** đến kịp giờ **không**?
6. (*10 phút nữa*). **Liệu** trời **có** tạnh mưa **không** (nhỉ)?

C

1. Mọi người đều **thấy** (**rằng**) *mùa đông ở Hàn Quốc rất lạnh.*
2. Bố tôi **sai** *em trai tôi đi mua thức ăn.*
3. Công nhân đề **nghị** *giám đốc công ty tăng lương.*
4. Chúng tôi đang **đợi** *xe buýt đến.*
5. Chị ấy đang **lo** *anh ấy đến muộn.*
6. Chị ấy **coi** *bà ấy như mẹ.*
7. Chúng tôi đã **bầu** *anh ấy làm lớp trưởng.*
8. Vào cuối tuần, ông ấy thường **mời** *chúng tôi đi leo núi.*
9. Các thầy, cô giáo luôn **yêu cầu** *sinh viên làm hết các bài tập.*

TỪ VỰNG (어휘)

cứ … là …	…하기만 하면 …하다	**bão**	태풍
buồn ngủ	졸리다	**Liệu … có … không?**	…가 …할까?
(đến, tới) kịp	기회가 오면	**tạnh (mưa)**	비가 그치다
thấy (rằng, là)	생각하다	**sai**	명령하다
để nghị	(提議) 제의하다	**yêu cầu**	(要求) 요구하다
tăng (lương)	(增量) 양을 늘리다	**coi**	여기다, 생각하다
đợi	기다리다	**cử**	(擧) 선거하다, 뽑다
bầu	뽑다	**lớp trưởng**	(長) 학급반장
mời	초대하다	**leo núi**	산을 오르다
lo (lắng)	걱정하다		

CHÚ GIẢI NGỮ PHÁP (어법주해)

1 **Kết cấu: ··· cứ A ··· là (thì) B ···**

Là kết cấu điều kiện - kết quả (vế A là điều kiện còn vế B là kết quả); quan hệ xảy ra giữa A và B là quan hệ mang tính "thường xuyên, đều đặn và đôi khi có tính qui luật" ···

Ví dụ
- Cứ cầm lấy sách là nó buồn ngủ.
- Ở Hà Nội, trời cứ mưa to là (thì) đường ngập.

"**··· cứ A ··· là (thì) B ···**"의 문형에서 A부분은 조건을, B부분은 결과를 의미한다. A와 B사이에 일어난 관계는 일상적이고 균등하며 간혹 규율성을 띤다.

2 **Câu hỏi "Liệu ··· có ··· không?"**: dùng trong câu nghi vấn, biểu thị ý "băn khoăn, nghi ngại, không chắc" hoặc "tính toán, cân nhắc, xem xét" về khả năng xảy ra hay có trở thành hiện thực hay không của một phán đoán nào đó. Thông thường, cấu trúc nghi vấn này được sử dụng:

a. Có thể là câu tự hỏi mình để suy ngẫm, không chắc chắn.

Ví dụ
- **Liệu** đêm nay trời **có** mưa **không** (nhỉ)?
- **Liệu** anh ấy **có** yêu mình **không** (nhỉ)?

b. Có thể là câu hỏi để thăm dò, xem xét ý kiến của một ai đó về điều mà mình đang băn khoăn, lo lắng ··· Ví dụ:

Ví dụ
- **Liệu** anh **có** cho tôi vay 10 nghìn won **không**?
- **Liệu** sau tốt nghiệp chúng ta **có** tìm được việc làm **không**?

"**Liệu ··· có ··· không?**"의 의문문은 발생할 수 있는 혹은 현실화 될 수 있는 혹은 그 어떤 판단을 할 수 없는 것에 대한 의심, 회의, 고려 등의 경우에 쓴다. 통상적으로 이 의문문의 구조는 a와 b의 두 가지로 쓰인다. 이중 a는 혼자서 자문하기 위한, b는 화자가 걱정 혹은 의심하는 것에 대하여 다른 사람의 의견이나 판단을 알아보기 위한 의문문이다.

3 **Mở rộng thành phần bổ ngữ đối tượng:** Bổ ngữ là thành phần bổ nghĩa cho động hay tính từ trung tâm. Bổ ngữ đối tượng do động hay tính từ trung tâm đòi hỏi hoặc chi phối. Bổ ngữ đối tượng thường do danh từ, danh ngữ, đại từ tạo thành. Bổ ngữ đối tượng có thể kết nối với động từ hoặc tính từ trung tâm một cách trực tiếp (ai? cái gì?) hoặc gián tiếp (cho ai? cho cái gì? của ai? của cái gì …)

Mở rộng thành phần bổ ngữ là làm cho bổ ngữ của câu không còn được thể hiện bằng một danh từ, danh ngữ, đại từ …, mà được thể hiện bằng một mệnh đề (c – v).

Ví dụ
- Tôi rất thích ***báo***. (danh từ)
- Tôi rất thích ***những*** tờ báo này. (danh ngữ)
- Tôi thường đọc ***chúng*** vào buổi sáng. (đại từ)
- Tôi thích đọc ***những tờ báo mới mua***. (mệnh đề: c – v)

Trong tiếng Việt, các nhóm động từ thường đòi hỏi một bổ ngữ là một kết cấu c – v, gồm: nhóm động từ cảm nghĩ, nói năng (**nghĩ, cho, thấy, nhận xét, đánh giá, hứa, hẹn …**); nhóm động từ cầu khiến (**sai, bảo, mời, đề nghị, yêu cầu …**); nhóm động từ (**coi, gọi, cử bầu …**) …v.v.

Ví dụ
- Cô ta **nói** rằng, ***sáng nào anh ta cũng dậy muộn***.
- Giám đốc **yêu cầu** ***công nhân đi làm đúng giờ***.
- Bố tôi **nói** là, ***hè này ông ấy sẽ đi du lịch Việt Nam***.
- Tôi **nghĩ** là, ***ông ấy đã nói đúng***.

보어 대상 성분 확대: 보어는 중심 동사나 형용사에 대한 보어 성분이다. 보어 대상은 중심 동사나 형용사에 의하여 요구 혹은 지배된다. 보어 대상은 일반적으로 명사, 명사구, 대명사로 이뤄진다. 보어 대상은 직접적(***ai? cái gì?***) 혹은 간접적(***cho ai? cho cái gì? của ai? của cái gì …***)으로 중심 동사 혹은 형용사와 결합할 수 있다.

보어 성분 확대는 문장의 성분을 하나의 명사, 명사구, 대명사가 아니라 하나의 예시처럼 절(주어-술어)로 구현된다.

베트남어에서, 집단동사는 일반적으로 하나의 절(주어-술어) 형태의 보어를 요구한다. 느끼거나 말하는 동사는 "**nghĩ, cho, thấy, nhận xét, đánh giá, hứa, hẹn …**" 혹은 요청하는 동사는 "**sai, bảo, mời, đề nghị, yêu cầu …**"가 있다. 이외에도 "**coi, gọi, cử bầu …**"와 같은 동사도 있다.

BÀI TẬP 1 (연습)

I. Sử dụng "… *cứ A là (thì) B* …" liên kết các từ ngữ theo mẫu

Mẫu: - mùa hè /mưa to

- Cứ đến mùa hè là (thì) mưa to.

Tiếp tục với:

1. mùa xuân /hoa nở

2. uống rượu /nói nhiều

3. hút thuốc /ho

4. mẹ mắng /khóc

5. nói chuyện với các cô gái /đỏ mặt

6. về đến nhà /lên giường ngủ

II. Dựa vào câu gợi ý, tạo câu hỏi với "*Liệu … có … không (nhỉ)?*"

Mẫu: - Anh ấy đang tìm việc làm.

- **Liệu** anh ấy **có** tìm được việc làm **không** (nhỉ)?

Tiếp tục với:

1. Chị ấy đang xin visa đi học ở Việt Nam.

2. Bà ấy đang tìm con trai bị lạc.

3. Năm nay, em ấy thi đại học.

4. Bạn muốn mượn xe máy của anh ấy.

5. Mình muốn vay anh ấy một ít tiền.

6. Bạn đang cần sự giúp đỡ của họ.

III. Hoàn thành các câu sau theo mẫu

Mẫu: - lắng nghe/ **thầy giáo giảng bài**

- Cả lớp đều lắng nghe **thầy giáo giảng bài**.

Tiếp tục với:

1. xem/ ông ấy chữa xe máy

2. đợi/ mẹ đi chợ về

3. chờ/ anh ấy đến đón

4. hy vọng/ tất cả sinh viên đều có việc làm

5. tìm/ chiếc chìa khóa bị mất hôm qua

6. đang lo/ tối nay có bão tuyết

IV. Hoàn thành các câu sau có bổ ngữ là mệnh đề (c -v)

1. Thầy giáo bảo chúng tôi ______.
2. Sáng nay, anh Park mời ______.
3. Chiều qua tôi thấy ______.
4. Anh ấy hứa với tôi là, ______.
5. Chị ấy nói với anh ấy rằng, ______.
6. Nhà trường yêu cầu ______.
7. Anh ấy coi ______.
8. Chị ấy đang lo ______.

V. Chuyển các câu sau sang câu bị động

1. Thủ tướng đã cử ông Park làm đại sứ Hàn Quốc ở Việt Nam.

______

2. Mọi người đều coi hoa hồng là biểu tượng của tình yêu.

______

3. Chúng tôi đã bầu anh ấy làm trưởng nhóm.

______

4. Ông ấy hẹn gặp tôi vào lúc 5 giờ chiều nay.

______

5. Chị ấy đã mời tôi đi ăn tối vào lúc 6 giờ rưỡi.

______

6. Tiếng Việt gọi con này là con mèo.

______

BÀI ĐỌC (독해)

Một chuyên gia nghiên cứu về tội phạm đã nhận xét rằng, ngày nay cứ 10 tội phạm **mãn hạn tù** thì có tới 7 người **không sớm thì muộn** sẽ phạm tội trở lại. Và rốt cuộc, họ lại vào tù. Một số người còn khẳng định là, một người nếu chỉ một lần trở thành tội phạm thì anh ta sẽ mãi mãi là tội phạm. Về ý kiến này cũng có nhiều người phản đối vì họ cho rằng đánh giá như vậy là rất cực đoan. Tuy nhiên, **công bằng** mà nói, khi một ai đó đã trở thành tội phạm thì thời gian ở trong tù anh ta có nhiều dịp tiếp xúc và làm quen với nhiều loại tội phạm hơn. Trong môi trường đầy tội phạm như thế, người phạm tội lần đầu sẽ có dịp tìm hiểu và có thể anh ta sẽ học hỏi được nhiều điều trong thời gian sống chung với những tội phạm khác. Điều tốt cũng có và điều không tốt cũng nhiều. Điều đặc biệt là ở trong tù. anh ta sẽ được trực tiếp nghe, tận mắt biết được nhiều cách phạm tội hơn trước khi anh ta bị bắt vào tù. Vì thế, sau khi ra tù anh ta lại tiếp tục phạm tội ··· Thực tế đã cho thấy, có rất nhiều cựu tội phạm đã bị bắt trở lại và họ lại vào tù ··· Các chuyên gia nghiên cứu tội phạm cho rằng, hiện tượng này có nhiều nguyên nhân. Một trong những nguyên nhân là trong thời gian ở tù họ không được giáo dục một cách đầy đủ, đặc biệt là nhà tù chưa tạo điều kiện để họ có một cuộc sống ổn định sau khi ra tù. Nếu cả nhà nước và xã hội cùng hợp tác tìm cách giúp họ có một ngành nghề tốt, đủ sống thì chắc chắn, những cựu tù nhân sẽ chẳng bao giờ quay lại con đường phạm tội để kiếm sống.

Phỏng theo "*Báo Hà Nội Mới*"

TỪ VỰNG (어휘)

chuyên gia	(專家) 전문가	tội phạm (danh từ)	(罪犯) 범죄
phạm tội (động từ)	(犯罪) 죄를 범하다	nhận xét	인식하다
mãn hạn	(滿限) 만기가 되다	mãi mãi	영원히, 계속
nhà tù	(囚) 감옥	tù nhân	(囚人) 죄인
rốt cuộc	결국	không sớm thì muộn	빠르지 않고 늦는다면
phản đối	(反對) 반대하다	đánh giá	(價) 평가하다
cực đoan	(極端) 극단적	công bằng mà nói	(公平) 공평하게 말하자면
tiếp xúc	(接觸) 접촉하다	môi trường	환경
học hỏi	학습하다	tận mắt	직접
sống chung	함께 살다	cựu (tội phạm)	전과자
hiện tượng	(現象) 현상	ổn định	(穩定) 안정된 상태
nhà nước	국가	xã hội	(社會) 사회
ngành nghề	기술	kiếm sống	생활하다

chuyên gia	(專家) 전문가	tội phạm (danh từ)	(罪犯) 범죄
phạm tội (động từ)	(犯罪) 죄를 범하다	nhận xét	인식하다
mãn hạn	(滿限) 만기가 되다	mãi mãi	영원히, 계속
nhà tù	(囚) 감옥	tù nhân	(囚人) 죄인
rốt cuộc	결국	không sớm thì muộn	빠르지 않고 늦는다면
phản đối	(反對) 반대하다	đánh giá	(價) 평가하다
cực đoan	(極端) 극단적	công bằng mà nói	(公平) 공평하게 말하자면
tiếp xúc	(接觸) 접촉하다	môi trường	환경
học hỏi	학습하다	tận mắt	직접
sống chung	함께 살다	cựu (tội phạm)	전과자
hiện tượng	(現象) 현상	ổn định	(穩定) 안정된 상태
nhà nước	국가	xã hội	(社會) 사회
ngành nghề	기술	kiếm sống	생활하다

BÀI TẬP 2 (연습)

I. Trả lời câu hỏi bằng cách lựa chọn đáp án đúng

1. Theo chuyên gia nghiên cứu về tội phạm, có bao nhiêu % tội phạm mãn hạn tù phạm tội trở lại?

① khoảng 50% ② khoảng 60%
③ khoảng 70% ④ khoảng 90%

2. Hãy chọn từ thay thế cho từ gạch chân, in đậm trong câu sau:
"…Và **rốt cuộc**, họ lại vào tù".

① chắc chắn ② cuối cùng
③ đầu tiên ④ rõ ràng

3. Theo tác giả, trong thời gian ở tù các tù nhân đã trực tiếp nghe, tận mắt chứng kiến và biết được điều gì?

① nhiều cách phạm tội hơn những gì mà anh ta đã có.
② gặp được nhiều tội phạm hơn
③ môi trường giáo dục tốt hơn
④ được đào tạo nghề

4. Hãy chọn từ thay thế cho từ gạch chân, in đậm trong câu sau:
"**Công bằng** mà nói, khi một ai đó đã trở thành tội phạm thì trên thực tế anh ta có nhiều dịp tiếp xúc và làm quen với tội phạm nhiều hơn".

① rõ ràng ② khách quan
③ tự nhiên ④ cụ thể

5. Tác giả đã đưa ra mấy lý do để giải thích việc các cựu tù nhân thường phạm tội trở lại?

① một lý do　② hai lý do
③ ba lý do　④ bốn lý do

6. Theo giải thích của tác giả, lý do chính các cựu tù nhân thường phạm tội trở lại là gì?

① do môi trường đầy tội phạm trong nhà tù
② do họ không được giáo dục trong thời gian ở tù
③ do họ không được đào tạo nghề trong thời gian ở tù
④ do xã hội chưa hợp tác tìm cách giúp họ có một nghề tốt, đủ sống

7. Hãy cho biết ý kiến của những người nghĩ theo lối cực đoan về tội phạm?

① có thể cải tạo được
② sau khi ở tù ra họ sẽ trở thành người tốt
③ không bao giờ cải tạo được
④ vừa cải tạo được vừa không

8. Cụm từ "<u>mãn hạn tù</u>" có nghĩa là:

① vẫn còn ở tù　② hết thời hạn ở tù
③ được tòa án tha bổng　④ không phạm tội nữa

9. Có thể thay thế cụm từ "<u>không sớm thì muộn</u>" trong bài bằng:

① rõ ràng là　② không muộn thì sớm
③ thế nào cũng　④ phải sớm không thì muộn

II. Hãy cho biết ý chính của đoạn văn

III. Hãy đặt tên cho đoạn văn

IV. Dựa vào từ, cặp từ gạch dưới, in đậm viết lại các câu sau

1. Xin phép chị để một **dịp** khác.

2. Chị **có phải là** chị Thanh Loan **không**?

3. Chị có thư **của gia đình**.

4. Anh **có** quen em gái tôi **không**?

5. Tôi **từ** chỗ cô Hoa về.

6. Chúng tôi **cùng học một lớp**.

V. Hãy tìm câu gần nghĩa với câu sau

1. Chúng tôi chẳng mấy khi trò chuyện với nhau.

① Chúng tôi ít khi trò chuyện với nhau.
② Chúng tôi chẳng mấy thời gian trò chuyện với nhau.
③ Chúng tôi đã mấy lần trò chuyện với nhau.
④ Chúng tôi chẳng mấy chốc trò chuyện với nhau.

2. Tuần này chúng ta được nghỉ 2 ngày cơ à?

① Tuần này chúng ta được nghỉ 2 ngày phải không?
② Tuần này chúng ta được nghỉ có 2 ngày à?
③ Tuần này chúng ta được nghỉ những 2 ngày à?
④ Tuần này chúng ta được nghỉ chỉ 2 ngày thôi à?

VI. Hãy tìm câu khác nghĩa trong những câu dưới đây

A
① Anh ấy do cảnh sát phạt rất nặng.
② Anh ấy bị cảnh sát phạt rất nặng.
③ Anh ấy bị phạt rất nặng.
④ Cảnh sát phạt anh ấy rất nặng.

B
① Chơi game nhiều sẽ làm đầu óc trở nên mê muội.
② Chơi game nhiều sẽ làm đầu óc trở thành mê muội.
③ Chơi game nhiều sẽ làm đầu óc hóa thành mê muội.
④ Chơi game nhiều sẽ làm đầu óc biến hóa mê muội.

VII. Hãy sử dụng các mẫu câu đã học viết đoạn văn theo các chủ đề sau

1. Những tác hại của chơi game
2. Những thuận lợi (lợi ích) khi sống ở thành phố

Bản ghi nhớ

Bài 07

Con đi chơi đâu cũng được miễn là về đúng giờ

CÂU MẪU (문형)

1 Kết cấu: **A … miễn là B …**

2 Cách dùng: … **cho** (cuối câu)

3 Mở rộng thành phần câu: thành phần trạng ngữ thời gian

A

1. (*Bố mẹ nhắc con*). Con đi chơi đâu cũng được **miễn là** về đúng giờ.
2. Các em có thể mượn bất cứ quyển sách nào ở đây **miễn là** trả đúng hẹn.
3. Các anh đi bằng gì cũng được **miễn là** đến đúng giờ.
4. Các em đi học ở đâu cũng được **miễn là** giỏi tiếng Việt.
5. Các anh trình bày vấn đề gì cũng được, **miễn là** ngắn, gọn.

B

1. (*Nếu anh bận*). Để tôi đi **cho**.
2. Nếu anh thấy việc này quá khó để chúng tôi làm **cho**.
3. Việc này tôi không thể giải quyết được, mong ông hiểu **cho**.
4. Vấn đề này rất nhạy cảm, mong các chị thông cảm **cho**.
5. Nếu chị cần tài liệu đó, để tôi mượn **cho**.
6. Nếu các em chưa hiểu thì chúng tôi sẽ giải thích **cho**.

C

1. Anh Quang rất xúc động **khi gặp lại chị ấy**.
2. Chúng tôi luôn làm hết các bài tập **khi thầy giáo yêu cầu**.
3. Các chị ấy đến **lúc anh ấy đang ngủ**.
4. Cô ấy rất buồn **khi anh ấy về nước**.
5. Chúng tôi quen nhau **khi chị ấy đi du lịch Việt Nam**.
6. Họ cưới nhau sau **khi chiến tranh vừa kết thúc**.

TỪ VỰNG (어휘)

miễn là	…라는 조건으로	**bất cứ (kì)**	(不據, 期) 언제든지
hẹn	약속하다	**đúng hẹn**	약속을 정확히 지키다
trình bày	설명하다, 발표하다	**ngắn, gọn**	짧게
giải quyết	(解決) 해결하다	**nhạy cảm**	민감한
thông cảm	(通感) 어려움이나 환경을 이해하다	**tài liệu**	(材料) 자료
xúc động	(觸動) 격동시키다	**chiến tranh**	(戰爭) 전쟁

CHÚ GIẢI NGỮ PHÁP (어법주해)

1 **Kết cấu: "… A miễn là B …"** là kết cấu **kết quả - điều kiện** (vế A là kết quả còn vế B là điều kiện); quan hệ xảy ra giữa A và B là quan hệ "có thể chấp nhận A nhưng với điều kiện kèm theo B". Nói cách khác, A xảy ra với điều kiện B, nghĩa là "sự đồng ý nhưng có điều kiện".

Ví dụ
- Anh đi đâu cũng được **miễn là** nhớ gọi điện về nhà.
- Em thức khuya xem bóng đá không sao **miễn là** trật tự.

"**… A miễn là B …**"는 결과와 조건을 표현하는 문형이다. 이중 A부분은 결과, B부분은 조건이다. A와 B사이에서 일어난 관계는 "B라는 조건에 따라서 A를 받아들 수 있다"는 관계이다. 다시 말해, B라는 조건에서A가 일어났다, 즉 "동의이지만 조건이 있다"라는 의미이다.

2 "…**cho**" cuối câu: thường trong câu cầu khiến, người nói đề đạt, đề nghị, một yêu cầu với người nghe và mong muốn người nghe đồng ý, cho phép người nói được thực hiện (hoặc một nguyện vọng, ước muốn được thông cảm, chấp nhận) …

Ví dụ
- Ông bà cứ để đấy, tôi làm **cho**.
- (Tôi tới muộn một chút). Mong anh, chị thông cảm **cho**.

문미의 "**cho**"는 일반적으로 요청하는 문장에서 화자가 청자에게 제안, 제의, 요청하며 청자가 동의하기를 바라고 화자가 소원, 이해, 수용 등을 실현하기를 바라는 경우에 쓴다.

3 **Mở rộng thành phần trạng ngữ thời gian**: Trạng ngữ chỉ thời gian là thành phần phụ của câu bổ sung (làm rõ) thời gian diễn ra sự việc nêu trong câu do động từ thực hiện. Trạng ngữ thời gian trả lời cho câu hỏi: bao giờ? khi nào? lúc nào? bao lâu? hoặc "danh từ thời gian + nào? ···v.v.

Mở rộng trạng ngữ thời gian là làm cho thành phần này không còn được thể hiện bằng một danh từ, danh ngữ, ···, mà được thể hiện bằng một mệnh đề (c-v).

Ví dụ
- **Sáng nay**, chúng em đi chơi. (từ ngữ)
- **Vào ngày chủ nhật đẹp trời**, chúng em đi chơi. (danh ngữ)
- Các anh ấy đến **khi hội nghị mới khai mạc**. (mệnh đề: c-v)

Thông thường, mệnh đề (c-v) mở rộng trạng ngữ thời gian cho câu được bắt đầu với các giới từ: ***khi, lúc, vào, trước khi, sau khi, trong khi …***

시간 부사어 성분 확장: 시간을 가리키는 부사어는 문장의 부성분이다. 이는 문장에서 동사에 의하여 일어난 사건의 시간을 명확하게 해준다. 시간 부사어는 "bao giờ? khi nào? lúc nào? bao lâu?" 혹은 "시간명사 + nào?" 형태의 의문문에 대한 대답이다.

시간 부사어 성분 확장은 하나의 명사, 명사구 등으로 구현되지 않고 예시처럼 하나의 절로 구현된다.

일반적으로, 문장에서 시간 부사어를 확장하는 명제(주어-술어)는 "***khi, lúc, vào, trước khi, sau khi, trong khi …***"와 같은 개사(介詞: 연결사)로 시작된다.

BÀI TẬP 1 (연습)

I. Sử dụng "*miễn là*" hoàn thành câu theo mẫu

Mẫu: - Anh đến đây bằng gì cũng được … (đúng giờ)

- Anh đến đây bằng gì cũng được miễn là đúng giờ.

Tiếp tục với:

1. Chị có thể vào đây xem thoải mái (mua một cái gì đó)

2. Các bạn có thể đến thăm tôi bất kì lúc nào (gọi điện trước)

3. Buổi tối, chị gọi điện cho tôi lúc nào cũng được (trước 12 giờ)

4. Ông có thể phát biểu bất cứ nội dung gì (có chừng mực)

5. Chúng tôi làm việc gì cũng được (lương cao)

6. Hôm nay, các chị nấu món gì cũng được (ngon)

II. Sử dụng "*miễn là*" hoàn thành câu

1. Các anh có thể đổi thoải mái, ____________.
2. Họ ăn món gì cũng được, ____________.
3. Nóng thế này, chúng ta học ở đâu cũng được, ____________.
4. Chị thuê phòng cũng được, ____________.
5. Chúng em học với thầy, cô nào cũng được, ____________.
6. Anh nhờ ai làm hộ cũng được, ____________.
7. Nếu đi làm thêm thì việc gì cũng được, ____________.
8. Các anh uống rượu gì cũng được, ____________.

III. Hoàn thiện câu với "*cho*"

1. Từ đây đến đó, đường xa và khó đi lắm, chị ở nhà, để ____________.
2. Sắp tới anh đi Pháp 1 tuần, em muốn quà gì, anh ____________.
3. Công việc này rất phức tạp, chị để ____________.
4. Tôi phải đi xa, không dự đám cưới chị được, mong chị ____________.
5. Mẹ để quần áo đấy, tí nữa xong việc con ____________.
6. Khi nào hết cà phê, chị nhắn tin tôi gửi ____________.
7. Nếu anh ngại ông ấy thì để tôi gặp và hỏi ____________.
8. Bài này dịch khó quá, có lẽ chúng tôi phải nhờ ____________.

IV. Sử dụng các từ "*khi, lúc, sau khi* …" kết nối các thành phần câu sau theo mẫu

Mẫu: - Anh ấy thường học bài/ mọi người đã ngủ say

- Anh ấy thường học bài lúc mọi người đã ngủ say.

Tiếp tục với:

1. Chị Châu đến gặp anh Nam/ anh ấy vừa đi họp về

2. Anh Park tìm được việc làm/ anh ấy tốt nghiệp

3. Chị ấy không vui/ chúng tôi về nước

4. Chúng tôi đến/ chị Thủy vừa ra khỏi nhà

5. Anh ấy trả lời ngay/ cô giáo hỏi

6. Chúng tôi sẽ tổ chức đám cưới/ anh ấy tìm được việc làm

7. Cơn bão ập đến vào/ mọi người đang ngủ

8. Họ đến/ mọi người đã ra về gần hết

V. Thay thế các danh ngữ thời gian bằng mệnh đề thời gian (c-v)

Mẫu: - Cây cối ở đây thường rụng lá vào mùa đông/ mùa đông đến

- Cây cối ở đây thường rụng lá khi mùa đông đến

Tiếp tục với:

1. Nhân dân rất vui sướng trong hòa bình/ đất nước hòa bình

2. Hàng ngày, tôi thường ngủ dậy lúc 5 giờ sáng/ mặt trời vừa mọc

3. Những đứa trẻ rất vui/ mẹ đi chợ về

4. Chị ấy rất xúc động/ các bạn học cũ đến thăm

5. Sinh viên rất phấn khởi/ thầy giáo cho nghỉ học sớm

6. Bữa ăn tối của gia đình tôi được bắt đầu/ mọi người đã đông đủ

VI. Hoàn thiện các câu sau bằng mở rộng trạng ngữ thời gian (c-v)

1. Chị ấy thường đỏ mặt khi ______.
2. Khi ______, đất nước Việt Nam liền một dải từ Bắc đến Nam
3. Tên trộm lẻn vào nhà khi ______.
4. Khi ______, con cái rất buồn
5. Hoa nở nhiều khi ______.
6. Khi Tết đến, người Việt Nam ______.

BÀI ĐỌC (독해)

Trong tự nhiên, nước tồn tại dưới ba (3) dạng khác nhau. Ở **dạng lỏng**, nước được chứa trên các đại dương, sông, suối, hồ và nằm sâu dưới mặt đất (nước ngầm). Ở **dạng rắn**, nước tồn tại trên những đỉnh núi cao quanh năm bao phủ bởi đá, tuyết. Còn ở **dạng hơi**, nước tồn tại một cách vô hình, trong không khí hay có thể dễ nhận ra trong các đám mây ··· Một chu kỳ nước được chia làm 4 giai đoạn. Đầu tiên là mưa. Nước mưa rơi xuống làm ướt bề mặt trái đất. Tiếp đó, lượng nước mưa trên mặt đất được chia thành hai, một lượng lớn theo các dòng sông, suối chảy ra đại dương và lượng còn lại chảy vào các hồ, ngấm sâu vào đất. Giai đoạn thứ 3 là hiện tượng nước trên mặt sông, suối, hồ, đại dương bốc hơi thành khí bay lên tạo ra mây. Và cuối cùng, **khi những đám mây gặp lạnh**, chúng biến thành nước, rồi lại tiếp tục rơi xuống mặt đất (gọi là mưa). Hiện tượng xảy ra như vậy được gọi là một chu kỳ nước. Trong tự nhiên, quá trình tái tạo nước xảy ra một cách liên tục không ngừng, không nghỉ.

Phỏng theo "*Khoa học và đời sống*"

TỪ VỰNG (어휘)

tự nhiên	(自然) 자연스럽게	tồn tại	(存在) 존재하다
dạng, hình thức	(形式) 형식, 형태	chứa, đựng	담고있다
(dạng) lỏng	액체	(dạng) rắn	고체
(dạng) hơi	기체	chứa (đựng)	담고있다
đại dương	(大洋) 대양	sông	강
suối	계곡	hồ	(湖) 호수
rơi, rớt	떨어지다	nhận ra	(認) 알다
(đám) mây	구름	làm ướt	적시다
bao phủ	뒤덮다	nước ngầm	지하수
dưới mặt đất	지하	vô hình	(無形) 무형
chu kỳ	(周期) 주기적	giai đoạn	(階段) 단계
bề mặt	면, 지면	trái (quả) đất	땅
chảy (vào)	흐르다	ngấm (sâu)	깊이 스며들다
hiện tượng	(現象) 현상	tạo ra	(造) 이루다, 조성하다
bốc hơi	수증기가 되다	khí, không khí	(空氣) 공기
tái tạo	(再造) 재조하다	(số) lượng	(數量) 수량

BÀI TẬP 2 (연습)

I. Trả lời câu hỏi bằng cách lựa chọn đáp án đúng

1. Trong điều kiện tự nhiên, nước tồn tại dưới mấy dạng?

① 2 dạng
② 3 dạng
③ 4 dạng
④ vô hình

2. Một chu kỳ nước gồm mấy giai đoạn?

① 2 giai đoạn
② 3 giai đoạn
③ 4 giai đoạn
④ 5 giai đoạn

3. Giai đoạn đầu tiên và cuối cùng nước tồn tại dưới dạng nào?

① dạng rắn.
② dạng khí
③ dạng lỏng
④ cả 3 dạng trên

4. Ở dạng rắn, nước tồn tại ở đâu?

① trên các đại dương
② sông, suối, hồ
③ trên những đỉnh núi cao
④ nước ngầm

5. Ở dạng hơi, nước tồn tại ở đâu?

① dưới dạng đá, tuyết
② vô hình, trong không khí
③ dưới mặt đất
④ sông, suối, hồ, đại dương

6. Ở dạng lỏng, nước tồn tại ở đâu?

① trên các đại dương, sông, suối
② nằm sâu dưới mặt đất
③ trên các đại dương, sông, suối, hồ và nằm sâu dưới mặt đất
④ các phương án ① và ②

7. Băng, đá, tuyết, … là nước ở dạng nào?

① ở dạng hơi
② ở dạng lỏng
③ ở dạng rắn
④ các phương án ① và ②

8. Quá trình tái tạo nước trong tự nhiên xảy ra như thế nào?

① một cách liên tục
② có ngừng, có nghỉ
③ một cách liên tục và có ngừng, nghỉ
④ cả 3 phương án trên

II. Hãy cho biết ý chính của đoạn văn

III. Hãy đặt tên cho đoạn văn

IV. Dựa vào từ, cặp từ gạch dưới, in đậm viết lại các câu sau

1. Xin **tạm biệt** chị!

2. Chị Kim đã nhận của gia đình **một bưu phẩm**.

3. Vào mùa đông, thời tiết ở Hàn Quốc **lạnh bằng** thời tiết ở Trung Quốc.

4. Chiều cao của tôi **bằng chiều cao** của bố tôi.

5. Vở kịch này được **diễn nhiều lần** ở Nhà hát thành phố.

6. Mỗi ngày, chúng tôi **chỉ** ngủ 5 tiếng **thôi**.

7. Cái nhà này **cao** hơn 30 mét.

8. Hồ Tây **rộng** khoảng 30 ha.

V. Hãy tìm câu gần nghĩa với câu sau

1. Tôi gặp ông ấy cách đây không lâu.

① Gần đây tôi chưa gặp ông ấy.
② Tôi vừa mới gặp ông ấy.
③ Tôi sắp gặp ông ấy.
④ Tôi đã gặp ông ấy.

2. Khi nào bị căng thẳng thì tôi đi mua sắm.

① Khi nào đi mua sắm là tôi bị căng thẳng.
② Căng thẳng và đi mua sắm là những điều tôi muốn.
③ Cứ bị căng thẳng là tôi đi mua sắm.
④ Khi đi mua mua sắm thì tôi bị căng thẳng.

VI. Hãy tìm câu khác nghĩa trong những câu dưới đây

A
① Anh tôi sai tôi đi mua đồ ăn cho anh ấy.
② Anh tôi nhờ tôi đi mua đồ ăn cho anh ấy.
③ Anh tôi bảo tôi đi mua đồ ăn cho anh ấy.
④ Anh tôi ra lệnh cho tôi đi mua đồ ăn cho anh ấy.

B
① Thời tiết đẹp như vậy mà chị ấy không đi đâu cả.
② Thời tiết đẹp như thế mà chị ấy lại ở nhà.
③ Thời tiết đẹp như vậy mà chị ấy không ở nhà.
④ Thời tiết đẹp như vậy mà chị ấy lại ở nhà một mình.

VII. Hãy sử dụng các mẫu câu đã học viết đoạn văn theo các chủ đề sau

1. Hãy viết về những ích lợi (mặt tốt) khi sống ở nông thôn.
2. Hãy viết về những tác hại do biến đổi khí hậu.

Bài 08

Cô ấy nói, anh có hiểu được không?

CÂU MẪU (문형)

1 Kết cấu: **"… mãi + Đ1 … mới + Đ2 …"**
"Mãi + Danh từ thời gian **… mới Đ …"**

2 Cách dùng: **"… mãi mới …"**

3 Mở rộng thành phần câu: thành phần trạng ngữ mục đích

A

1. Cô ấy nói, anh có hiểu được không?
   - Có, nhưng **một lúc sau** tôi mới hiểu.
   - Có, nhưng **mãi** tôi **mới** hiểu.
2. Chúng tôi đợi **mãi** cô ấy **mới** đến.
3. Họ mời **mãi**, cô ta **mới** ăn.
4. Bố mẹ nói **mãi**, con cái **mới** nghe.
5. Anh ấy thuyết phục **mãi**, cô ấy **mới** đồng ý.
6. Thầy giáo giảng **mãi**, sinh viên **mới** hiểu.

b

1. Nó bị ốm **mãi mới** khỏi.
2. Họ làm con đường này **mãi mới** xong.
3. Ông ấy phát biểu **mãi mới** kết thúc.
4. Chúng tôi đi **mãi mới** đến nơi.
5. Chúng tôi hỏi **mãi mới** tìm được nhà của anh ấy.

c

1. **Mãi** *tháng 3 sang năm*, họ **mới** đi Việt Nam.
2. (*Chúng tôi đợi*). **Mãi** 15 *phút sau*, anh ấy **mới** đến.
3. **Mãi** *cuối năm sau*, họ **mới** tổ chức đám cưới.
4. **Mãi** *cuối năm ngoái*, tôi mới biết chuyện ấy.
5. **Mãi** *hôm qua*, họ **mới** gặp chúng tôi.
6. **Mãi** *đến chiều qua*, anh ấy **mới** gọi điện thoại cho chúng tôi.

d

1. Thầy giáo cố gắng giải thích **để (cho) sinh viên hiểu**.
2. Tôi nói to **để (cho) mọi sinh viên đều nghe rõ**.
3. Ông ấy giải thích **để (cho) mọi người thông cảm**.
4. Họ xin lỗi **để (cho) mọi người tha thứ**.
5. Anh ấy kết hôn sớm **để (cho) bố mẹ vui lòng**.

TỪ VỰNG (어휘)

thuyết phục	(說伏) 설득하다	giảng (bài)	(講) 강의하다
… mãi … mới	계속 …하자 이제 …하다	đám cưới	혼인하다
một lúc sau	한참후에	con đường	길, 도로
phát biểu	(發表) 발표하다	mãi mới	오랜후에
thông cảm	(通感) 상황을 이해하다	tha thứ	용서하다
kết hôn	(結婚) 결혼하다, 혼인하다	vui lòng	기쁘다, 즐겁다

CHÚ GIẢI NGỮ PHÁP (어법주해)

1 **Kết cấu: "… mãi + Đ1 … mới + Đ2 …"** và **"… mãi mới …"**

Biểu thị sự việc, hành động được xảy ra sau khi phải trải qua một khoảng thời gian "quá lâu" hoặc một khoảng cách "quá dài". Lý do "quá lâu (hay quá dài) mới xảy ra" là do hai nguyên nhân: khách quan và chủ quan. Nếu do nguyên nhân khách quan sử dụng kết cấu "**… mãi + Đ1 … mới + Đ2 …**" còn do nguyên nhân chủ quan sử dụng tổ hợp từ "**… mãi mới …**".

Ví dụ
- Chị ấy giải thích **mãi**, anh ấy **mới** hiểu ra. (quá lâu do khách quan)
- Ô tô chạy **mãi mới** tới nơi. (quá dài do chủ quan)
- Chị ấy may **mãi mới** xong chiếc áo này. (quá lâu do chủ quan)

Còn kết cấu: "**Mãi + Danh từ** thời gian **… mới Đ …**" biểu thị ý nghĩa thời gian "quá muộn" hoặc "còn lâu" sự việc hay hành động mới xảy ra tùy thuộc vào tính chất của "danh từ thời gian" được sử dụng sau "**mãi …**". Nếu sau "mãi …" là danh từ, danh ngữ quá khứ thì biểu thị ý nghĩa "quá muộn" còn nếu là danh từ, danh ngữ tương lai thì mang nghĩa "còn lâu".

Ví dụ
- **Mãi *chiều tối qua*** anh ấy **mới** về. (quá muộn)
- **Mãi *tháng 3 sang năm***, chúng tôi **mới** sang Việt Nam. (quá lâu)

"**… mãi + 동사1 … mới + 동사2 …**"와 "**… mãi mới …**"는 시간이나 간격이 경과한 다음에 일어난 사건이나 행동을 표현하고자 할 때 쓴다. 긴 시간이 지난 다음에 발생한 이유는 객관과 주관이란 두 가지 원인이 있다. 객관적 이유에서는 예시처럼 "**… mãi + 동사1 … mới + 동사2 …**"의 형태를, 주관적 이유에서는 "**… mãi mới …**"의 형태를 쓴다.

"**Mãi + 시간 명사 … mới 동사 …**"의 형태는 "**mãi …**" 다음에 사용되는 시간 명사의 성질에 달렸지만 일어난 사건이나 행동이 늦었음을 나타낼 때 쓴다. "Mãi …" 다음이 과거를 나타내는 명사, 명사구라면 "매우 늦었음"을, 미래를 나타내는 명사, 명사구라면 "아주 오랜 시간이 지난 다음"의 의미가 된다.

2 **Mở rộng thành phần trạng ngữ mục đích**: Trạng ngữ mục đích là thành phần phụ của câu bổ sung (làm rõ) mục đích hoạt động (hay vận động) trong câu do động từ thực hiện. Trạng ngữ mục đích trả lời cho câu hỏi: ***để làm gì? nhằm mục đích gì? vì cái gì? với mục đích gì***? …v.v.

Mở rộng trạng ngữ mục đích là làm cho thành phần này không còn được thể hiện bằng một danh từ, danh ngữ, động ngữ …, mà được thể hiện bằng một mệnh đề (c-v).

Ví dụ

- Chúng tôi học tiếng Việt **vì công việc**. (danh từ)
- Chúng tôi học tiếng Việt **để tìm việc làm**. (động ngữ)
- Chúng tôi học tiếng Việt **để cuộc sống sau này đỡ vất vả**. (mệnh đề: c-v)
- Tôi thành lập gia đình sớm **cho bố mẹ yên tâm.**

Thông thường, mệnh đề (c-v) mở rộng trạng ngữ mục đích cho câu được bắt đầu với các giới từ: ***để, để cho, cho, vì*** … Thành phần trạng ngữ mục đích mở rộng có thể đứng đầu câu hoặc sau động từ.

목적 부사어 성분 확대: 목적 부사어는 문장에서 동사가 실현한 활동 혹은 운동목적을 분명하게 해주는 문장의 부성분이다. 목적 부사어는 ***"để làm gì? nhằm mục đích gì? vì cái gì? với mục đích gì***? … v.v."형태의 질문에 대한 대답이다.

목적 부사어 확대는 하나의 명사, 명사구, 동사구로 구현될 수 없고 예시처럼 하나의 절(C-V)로 구현된다.

일반적으로, 문장에 대한 목적 부사어를 확장하는 절은 ***"để, để cho, cho, vì*** …"와 같은 연결사로 구현된다. 목적 부사어 성분 확대는 문두 혹은 동사 다음에 올 수 있다.

BÀI TẬP 1 (연습)

I. Thay thế tổ hợp "*một lúc lâu, (rất) khá lâu*" bằng "··· mãi + Đ1 ··· mới + Đ2 ···"

Mẫu: - Chúng tôi đợi **khá lâu** sau đó xe buýt đến.

- Chúng tôi đợi **mãi** xe buýt **mới** đến.

Tiếp tục với:

1. Anh ấy gọi rất lâu sau đó cô ấy trả lời.

2. Chúng tôi đợi khá lâu sau đó họ đến đón.

3. Chị ấy giải thích rất lâu sau đó họ hiểu ra.

4. Người Sài Gòn nói một lúc lâu sau đó chúng tôi mới hiểu được.

5. Công nhân đề nghị tăng lương lâu rồi sau đó giám đốc giải quyết.

6. Cô giáo hỏi một lúc lâu sau đó sinh viên trả lời.

II. Thay thế tổ hợp "một lúc lâu, (rất) khá lâu" bằng "… *mãi mới* …"

Mẫu: - Anh ấy ăn <u>một lúc lâu sau đó xong</u>.

- Anh ấy ăn **mãi mới** xong.

Tiếp tục với:

1. Tối qua chúng tôi xem bóng đá rất lâu sau đó đi ngủ.

2. Họ nói chuyện với nhau rất lâu sau đó kết thúc.

3. Cả hai anh chị ấy rủ nhau đi mua sắm rất lâu sau đó về nhà.

4. Họ cãi nhau khá lâu sau đó chấm dứt.

5. Các em ấy hiểu nhầm nhau rất lâu vừa rồi kết thúc.

6. Trời mưa liên tục rất lâu sau đó tạnh.

III. Sử dụng "*Mãi + D thời gian ··· mới ···*" chuyển các câu sau thành câu với nghĩa "*hành động xảy ra quá muộn*"

Mẫu: - Chuyện đó xảy ra đã rất lâu nhưng chiều nay tôi mới biết.

- Chuyện đó, **mãi** *chiều nay* tôi **mới** biết.

Tiếp tục với:

1. Tôi gọi điện cho anh ấy một tuần nay mà sáng nay mới gọi được.

2. Họ yêu nhau từ lâu rồi mà hôm qua mới thông báo với bố mẹ.

3. Ông ấy cố bỏ thuốc lá từ mấy năm nay nhưng năm nay mới bỏ được.

4. Anh ấy vay tiền của tôi mấy năm rồi, vừa trả chiều qua.

5. Hai mươi năm sau, bây giờ tôi có dịp quay lại Hàn Quốc.

6. Chúng tôi định đi Việt Nam mấy năm trước mà học kỳ này mới đi được.

IV Sử dụng "*Mãi + D thời gian … mới …*" chuyển các câu sau thành câu với nghĩa "*hành động còn lâu mới xảy ra*"

Mẫu: - *Tám năm nữa* bà ấy sẽ về hưu.

- **Mãi** tám năm nữa bà ấy **mới** về hưu.

Tiếp tục với:

1. Hai tháng nữa, chúng tôi được nghỉ hè.

2. Năm năm nữa, em tôi sẽ trở thành bác sĩ.

3. Cuối năm sau, họ sẽ tổ chức đám cưới.

4. Do thời tiết xấu, máy bay cất cánh muộn nên hơn 1 tiếng nữa sẽ hạ cánh.

5. Con gái út của họ 2 năm nữa sẽ thi vào đại học.

6. Hơn 3 tiếng nữa, hội thảo sẽ kết thúc.

V. Sử dụng trạng ngữ mở rộng (c-v) hoàn thiện câu

Mẫu: - Thầy giáo đưa ra nhiều ví dụ/ **sinh viên dễ hiểu hơn**

- Thầy giáo đưa ra nhiều ví dụ để (cho) **sinh viên dễ hiểu hơn**.

Tiếp tục với:

1. Giám đốc tăng lương/ công nhân làm việc tích cực hơn

2. Bố mẹ gửi thêm tiền/ chúng tôi yên tâm học tập

3. Công ty tích cực quảng cáo hàng hóa/ mọi người mua nhiều hơn

4. Chúng tôi vừa học vừa làm thêm/ bố mẹ đỡ vất vả

5. Chúng tôi cố gắng học tập/ đất nước được phát triển, giàu mạnh

6. Ông ấy nói to/ mọi người nghe rõ

BÀI ĐỌC (독해)

BỮA ĂN HÀNG NGÀY CỦA NGƯỜI VIỆT

Bữa ăn hàng ngày của người Việt được gọi là bữa cơm hay ăn cơm. Mỗi ngày, người Việt thường ăn 3 bữa: bữa sáng, bữa trưa và bữa tối. Bữa sáng, người ta thường ăn nhẹ với một vài loại bánh, xôi, cháo, phở, bún …v.v. Còn hai bữa chính là vào buổi trưa và tối **khi mọi người trong gia đình đã tụ họp đông đủ**.

Người Việt có thể ăn cơm với nhiều loại món ăn khác nhau, nhưng bữa chính thường gồm ba món cơ bản: một **món mặn** (như cá, thịt, trứng được luộc, rán hoặc kho), một **món rau** (rau sống, rau luộc, rau xào hoặc dưa muối) và một món canh (có thể là canh cá, canh thịt, canh rau hoặc một bát nước luộc). Ngoài **cơm** là món ăn chính ra, trên mâm cơm của người Việt còn có một bát **nước chấm** (gọi là món gia vị).

Trong bữa ăn, người Việt có thói quen dùng chung các món ăn với nhau. Các món ăn không chia riêng cho **từng người** mà **mỗi món ăn** được đựng trong một đĩa hoặc bát to để mọi người cùng ăn. Bát nước chấm đặt ở giữa mâm hoặc giữa bàn ăn. Khi ăn cơm, mỗi người có một cái bát và một đôi đũa riêng nhưng không có thìa riêng. Bát thường được làm bằng gốm, sứ hoặc nhựa, còn đũa làm bằng tre hoặc gỗ.

Bữa cơm gia đình của người Việt không chỉ để ăn no mà còn là dịp để mọi người hiểu nhau hơn. Trong bữa ăn, mọi người thường kể cho nhau nghe những câu chuyện xảy ra trong ngày: công việc ở cơ quan, học hành ở trường, chia sẻ những buồn, vui trong cuộc sống ⋯ Ông bà, cha mẹ luôn truyền dạy cho con, cháu những bài học về văn hóa truyền thống, như "*Ăn trông nồi, ngồi trông hướng*", "*Học ăn, học nói, học gói, học mở*" và nhiều bài học đạo lý khác ⋯ v.v.

Đối với người Việt Nam, gia đình vô cùng quan trọng. Gia đình là nơi giữ gìn bản sắc văn hóa dân tộc trong mỗi con người. Vì vậy, có thể coi bữa cơm là một biểu tượng cho văn hoá Việt Nam. Qua mỗi bữa cơm, mọi người trong gia đình hiểu nhau hơn, chia sẻ với nhau nhiều hơn và gắn kết với nhau chặt chẽ hơn ⋯

(Phỏng theo Tạp chí "*Monngon.com*")

TỪ VỰNG (어휘)

bữa	식사, 일찬(一餐)	bữa ăn	식사
xôi	찹쌀밥	cháo	죽
phở	쌀국수	bún	국수
tụ họp	(聚合) 모이다	món (ăn)	음식
gia vị	(加味) 조미료	nước chấm	소스
món mặn	짠 음식	luộc	찌다, 삶다
xào	볶다	rán	튀기다
kho	말린	dùng chung	공용
canh	국, 스프	mâm	쟁반
truyền dạy	(傳) 이어 가르치다	đạo lí	(道理) 도리
giữ gìn	지키다, 보존하다	biểu tượng	(表象) 표상, 본보기
chia sẻ	나누다, 분배하다	gắn kết	연결하다
chặt chẽ	밀접한	bản sắc	(本色) 본질
thành ngữ	(成語) 고사성어		
"Ăn trông nồi, ngồi trông hướng"		솥을 보고 먹고, 방향을 보고 앉는다	
"Học ăn, học nói, học gói, học mở"		많은 것을 학습하다	

BÀI TẬP 2 (연습)

I. Lựa chọn từ ngữ thích hợp điền vào chỗ trống

1. Bữa ăn hàng ngày của người Việt, ⋯ bữa cơm hay ăn cơm.

   ① nói là　　② coi là　　③ gọi là

2. Hai bữa ăn chính là vào buổi trưa và tối khi mọi ⋯ trong gia đình đã tụ họp đông đủ.

   ① bộ phận　　② người　　③ cá nhân

3. Các món ăn không ⋯ cho từng người mà mỗi món ăn được đựng trong một đĩa hoặc bát to.

   ① tách riêng　　② chia riêng　　③ để riêng

4. Bát nước chấm đặt ⋯ mâm hoặc giữa bàn ăn.

   ① ở cạnh　　② ở trong　　③ ở giữa

5. Ngoài cơm ra, trong bữa ăn chính của người Việt thường gồm ⋯ cơ bản.

   ① hai món　　② ba món　　③ bốn món

6. Bữa cơm gia đình của người Việt không chỉ để ăn no mà còn là dịp để mọi người ⋯ hơn.

   ① chia sẻ　　② hiểu biết　　③ hiểu nhau

7. Trong bữa ăn, mọi người thường kể cho nhau nghe những … xảy ra trong ngày.

① câu chuyện ② chuyện kể ③ chuyện cười

8. Đối với mỗi người Việt Nam, gia đình là nơi giữ gìn … văn hóa dân tộc trong mỗi con người.

① đặc điểm ② bản sắc ③ tính chất

II. Tìm hiểu cấu trúc của bài đọc (trả lời viết)

1. Bài đọc trên gồm mấy đoạn?

2. Hãy cho biết ý chính của đoạn 2.

3. Đoạn văn 3 nói về gì?

4. Hãy cho biết ý chính của đoạn văn 4?

5. Ý chính của bài đọc trên là gì?

III. Dựa vào từ, cặp từ gạch dưới, in đậm viết lại các câu sau

1. Sông Hồng **dài** khoảng 1000 km.

2. Ở lớp tôi, chị ấy đẹp **nhất**.

3. Từ Seoul đến Busan **dài** bao nhiêu km?

4. Cô ấy thông minh **như** bố mẹ cô ấy.

5. Học tiếng Hàn khó **như** học tiếng Việt.

6. Bao đường này **nặng** 50 kg.

7. So với các cô gái khác, bạn gái tôi xinh **nhất**.

8. Bức tường này **dày** khoảng 40 cm.

IV. Hãy tìm câu gần nghĩa với câu sau

1. Trước khi quyết định tôi phải hỏi ý kiến bố mẹ đã.

① Tôi đã hỏi ý kiến bố mẹ trước khi quyết định.
② Tôi phải hỏi ý kiến bố mẹ rồi mới quyết định.
③ Tôi mới hỏi ý kiến bố mẹ và rồi quyết định.
④ Bố mẹ quyết định rồi tôi mới hỏi ý kiến bố mẹ

2. Chúng tôi đã học xong tất cả các bài học của giáo trình này rồi.

① Chúng tôi đã hiểu hết tất cả nội dung các bài học của giáo trình này rồi.
② Chúng tôi đã học xong toàn thể các bài học của giáo trình này rồi.
③ Chúng tôi đã học xong hoàn toàn bộ các bài học của giáo trình này rồi.
④ Chúng tôi đã học hết tất cả các bài học của giáo trình này rồi.

V. Hãy tìm câu khác nghĩa với những câu còn lại dưới đây

A
① Trời đẹp như vậy mà chị ấy không đi đâu cả.
② Trời đẹp như thế mà chị ấy lại ở nhà.
③ Trời đẹp như thế mà chị ấy không ở nhà.
④ Trời đẹp như vậy mà chị ấy lại ở nhà một mình.

B
① Khi chúng tôi tới ga thì tàu hỏa vừa đi xong.
② Khi tàu hỏa vừa đi xong thì chúng tôi tới ga.
③ Khi chúng tôi vừa đi xong thì tàu hỏa tới ga.
④ Khi chúng tôi tới ga đúng lúc tàu hỏa vừa đi xong.

Bản ghi nhớ

Bài 09

Nhờ tiếng Việt giỏi mà anh ấy tìm được việc làm

CÂU MẪU (문형)

1 Kết cấu: **Nhờ … mà (nên) …**

2 Tổ hợp: **… là nhờ …**

3 Mở rộng thành phần câu: **thành phần trạng ngữ nguyên nhân**

A

1. **Nhờ** tiếng Việt giỏi **mà** anh ấy tìm được việc làm.
2. **Nhờ** khí hậu tốt **mà** thành phố Đà Lạt quanh năm như một vườn hoa.
3. **Nhờ** chăm chỉ **mà** em ấy đã đỗ đại học.
4. **Nhờ** sự cứu chữa của các bác sĩ **mà** chị ấy đã khỏi bệnh.
5. **Nhờ** sự giới thiệu của anh ấy **mà** tôi quen biết họ.
6. **Nhờ** tiết kiệm **mà** chúng tôi mua được ô tô.

b

1. Chị ấy tìm được việc làm **là nhờ** sự giúp đỡ của anh ấy.
2. Chúng tôi mua được ô tô **là nhờ** tiết kiệm.
3. Em ấy đỗ đại học **là nhờ** chăm chỉ.
4. Chúng ta biết được cả thế giới **là nhờ** Internet.
5. Ông ấy thành đạt **là nhờ** sự may mắn.
6. Chúng tôi hiểu đất nước và con người Việt Nam **là nhờ** tiếng Việt.

c

1. **Nhờ** _các bác sĩ_ **mà** chị ấy khỏi bệnh.
2. **Nhờ** _các bác sĩ cứu chữa_ **mà** chị ấy khỏi bệnh.
3. Chị ấy khỏi bệnh **là nhờ** _các bác sĩ cứu chữa_.
4. **Nhờ** _anh ấy giúp đỡ_ **mà** chị ấy tìm được việc làm.
5. Chị ấy tìm được việc làm **là nhờ** _anh ấy giúp đỡ_.
6. Tôi quen biết họ **là nhờ** _anh ấy giới thiệu_.
7. **Do** _trời mưa, bão_ **mà** nhiều cây cối bị đổ.
8. **Vì** _anh ấy nhỡ hẹn_ **mà** chị ấy buồn.
9. **Tại** _anh ấy thông báo sai giờ_ **mà** tôi bị nhỡ tàu.

TỪ VỰNG (어휘)

nhờ ··· mà ···	···덕분에 ···했다	··· là nhờ ···	···인 것은 ··· 덕분이다
quanh năm	한해동안	vườn hoa	꽃밭, 정원
đỗ (đạt)	합격하다	cứu chữa	구조하다, 치료하다
khỏi (bệnh)	병을 낫다	quen biết	알다
tiết kiệm	(節儉) 근검절약	thành đạt	(成達) 달성하다
(sự) may mắn	행운	đất nước	영토, 국가
con người	사람		

CHÚ GIẢI NGỮ PHÁP (어법주해)

1 **Kết cấu:** **Nhờ (ai, cái gì) + mà (ai, cái gì) + như thế nào?**

"**Nhờ A mà B**" là kết cấu nguyên nhân (A) - kết quả (B), biểu thị sự việc, hành động được nói ra là nguyên nhân dẫn đến kết quả tốt đẹp, tích cực, khả quan. Ở một số ý nghĩa (hay ngữ cảnh) kết cấu này tương đương với "***Vì … nên (mà) …***"; "***Tại … nên (mà)***; "***Bởi (do) … nên (mà) …***". Tuy nhiên, cần lưu ý đến sự khác nhau giữa chúng. Chẳng hạn: "***Tại … nên (mà)***" nhấn mạnh điều sắp nói ra là nguyên nhân dẫn đến những điều không hay, không muốn xảy ra hay tiêu cực; "***Vì … nên (mà) …***" biểu thị nguyên nhân "***trung tính***" cả khách quan lẫn chủ quan còn "***Bởi (do) … nên (mà) …***" nhấn mạnh đến những nguyên nhân do khách quan nhiều hơn …

Ví dụ
- **Nhờ** chăm học **mà** sinh viên đạt kết quả tốt.
- **Vì** chăm học **nên** sinh viên đạt kết quả tốt.
- **Vì** tắc đường **mà (nên)** chúng tôi đến lớp muộn.
- Do mưa, bão **mà (nên)** cây cối bị đổ.
- **Tại** anh ấy **mà (nên)** tôi bị nhỡ máy bay.

"**Nhờ A mà B**"의 형태는 원인과 결과를 나타내는 문형이다. 이는 좋은, 긍정적인, 볼만한 결과로 이끈 원인을 표현할 때 쓴다. 일부 의미에서 이 문형으 "***Vì … nên (mà) …***"; "***Tại … nên (mà)***; "***Bởi (do) … nên (mà) …***"와 유사하다. 그러나 , 이들간 차이를 알아야 한다. 예컨대, "***Tại … nên (mà)***"는 원치 않은 혹은 일어나지 말았으면 혹은 부정적인 결과를, "***Vì … nên (mà) …***"는 객관과 주관 모두를, 그리고 "***Bởi (do) … nên (mà) …***"은 좀 더 객관적인 결과를 낳은 원인을 표현한다.

2 Tổ hợp "**… là nhờ …**" là tổ hợp từ có quan hệ với kết cấu "**Nhờ A mà B**". Trên thực tế, chúng là những biến thể câu của nhau.

Ví dụ
- **Nhờ** chăm học **mà** sinh viên đạt kết quả tốt.
  → Sinh viên đạt kết quả tốt **là nhờ** chăm học.
- **Nhờ** ***các bác sĩ*** **mà** chị ấy khỏi bệnh.
  → Chị ấy khỏi bệnh **là nhờ** các bác sĩ.

"**… là nhờ …**"의 조합은 "**Nhờ A mà B**"의 형태와 관계가 있는 단어를 조합하였다. 실제, 이들은 서로의 문장을 변형한 것이다.

3 **Mở rộng thành phần trạng ngữ chỉ nguyên nhân**: trạng ngữ chỉ nguyên nhân là thành phần phụ của câu giải thích nguyên nhân, lý do của sự việc hoặc tình trạng nêu ra trong câu. Trạng ngữ chỉ nguyên nhân trả lời cho câu hỏi: ***vì sao? tại sao?nhờ đâu? nhờ ai? nhờ cái gì? vì nguyên nhân (lý do) gì?***

Mở rộng trạng ngữ nguyên nhân là làm cho thành phần này không còn được thể hiện bằng một danh từ, danh ngữ, …, mà được thể hiện bằng một mệnh đề (c-v).

Ví dụ
- **Vì *công việc*** mà anh ấy về muộn. (danh từ)
- **Vì *công việc nhiều*** mà anh ấy về muộn. (danh ngữ)
- Vì ***thời tiết thay đổi đột ngột*** mà nhiều người bị ốm. (mệnh đề: c-v)

Thông thường, mệnh đề (c-v) mở rộng trạng ngữ nguyên nhân cho câu được bắt đầu bằng các giới từ: ***vì, tại (vì) do, nhờ, là nhờ, bởi (vì) …v.v.*** Thành phần trạng ngữ nguyên nhân mở rộng có thể đứng đầu câu hoặc sau động từ.

원인을 가리키는 부사어 성분 확대: 원인을 가리키는 부사어는 문장에서 언급한 일과 상황의 원인이나 이유를 해석하는 문장의 부성분이다. 원인을 가리키는 부사어는 "***vì sao? tại sao?nhờ đâu? nhờ ai? nhờ cái gì? vì nguyên nhân (lý do) gì?***"와 같은 의문문에 대한 대답이다.

원인 부사어 확대는 하나의 명사나 명사구로 구현될 수 없고 예시처럼 하나의 절(C-V)로 구현된다.

일반적으로, 문장에서 원인 부사어를 확장하는 절은 "***vì, tại (vì) do, nhờ, là nhờ, bởi (vì) …v.v.***"와 같은 연결사로 시작된다.

부사어 성분 확장은 문두 혹은 동사 뒤에 올 수 있다.

BÀI TẬP 1 (연습)

I. Sử dụng kết cấu "*nhờ … mà …*" nối các thành phần câu

Mẫu: - Chăm chỉ học tập/ thi đỗ đại học/ em ấy

- **Nhờ** chăm chỉ học tập **mà** em ấy đã thi đỗ đại học.

Tiếp tục với:

1. Vô tuyến truyền hình/ có thể thấy được khắp nơi trên thế giới/ chúng ta

2. Tập luyện và ăn kiêng/ giảm được 3kg/ chị ấy

3. Có tiếng Anh giỏi/ nhận được học bổng du học nước ngoài/ em ấy

4. Sự giúp đỡ về tài chính của bố mẹ/ mua được căn hộ mới/ chúng tôi

5. Sự lao động tích cực của công nhân/ không ngừng phát triển/ công ty

6. Áp dụng khoa học công nghệ/ làm việc đỡ vất vả/ công nhân

II. Sử dụng tổ hợp "*là nhờ*" luyện tập các câu sau theo mẫu

Mẫu: - khỏi bệnh/ các bác sĩ/ Ông ấy

→ Ông ấy khỏi bệnh **là nhờ** các bác sĩ.

Tiếp tục với:

1. có sức khỏe tốt/ hàng ngày luyện tập/ Bà ấy

2. quen biết anh ấy/ sự giới thiệu của chị ấy/ Chúng tôi

3. chăm ngoan, học giỏi/ sự nỗ lực của các thầy cô/ Các con tôi

4. có thể giao tiếp được với nhau/ biết tiếng Việt/ Chúng tôi

5. mua được món quà vừa ý/ sự tư vấn của tôi/ Chị tôi

6. thoát nghèo/ chăm chỉ lao động/ Gia đình họ

7. kinh doanh tốt/ sự hợp tác của các nhân viên/ Công ty

8. thành đạt/ sự may mắn/ Anh ấy

III. Sử dụng tổ hợp "*... là nhờ, là do, là vì ...*" mở rộng trạng ngữ nguyên nhân các câu sau

Mẫu: - Ông ấy khỏi bệnh/ các bác sĩ cứu chữa

→ Ông ấy khỏi bệnh **là nhờ** các bác sĩ cứu chữa (c-v).

Tiếp tục với:

1. Tôi quen biết họ/ anh ấy giới thiệu

2. Chúng tôi mua được ô tô/ bố mẹ cho tiền

3. Công ty kinh doanh tốt/ nhân viên làm việc tích cực

4. Chúng tôi nói tiếng Việt tốt/ các thầy cô cho luyện tập nhiều

5. Anh ấy đến muộn/ xe máy bị hỏng

6. Chuyến bay bị hoãn/ thời tiết xấu

IV. Sử dụng các giới từ "*vì, tại (vì) do, nhờ, là nhờ, bởi (vì)* …" mở rộng thành phần trạng ngữ nguyên nhân các câu sau

Mẫu: - trời rét/ cây cối rụng hết lá

→ **Do** *<u>trời rét</u>* **mà** cây cối rụng hết lá (c-v).

Tiếp tục với:

1. thời tiết thay đổi đột ngột/ nhiều người bị ốm

2. chính phủ hỗ trợ/ gia đình chị ấy thoát nghèo

3. anh ấy cho vay tiền/ tôi đã mua được xe máy

4. đường phố bị ngập/ chúng tôi về nhà muộn

5. chị ấy thông báo sai giờ/ chúng tôi bị nhỡ tàu

6. Các bạn Việt Nam giúp đỡ/ tiếng Việt của chúng tôi càng ngày càng tiến bộ

BÀI ĐỌC (독해)

Có một con ếch do sự ngẫu nhiên nào đó, ngay từ khi sinh ra đã ở trong một cái giếng nọ. Sống cùng với ếch ở trong giếng chỉ có vài con nhái, cua, ốc nhỏ. Từ dưới đáy giếng nhìn lên, ếch chỉ nhìn thấy khoảng trời bé bằng cái vung. Nó nghĩ: tất cả vũ trụ chỉ có vậy. Vì thế, ếch tự coi mình là chúa tể. Nhưng có một năm, Ngọc Hoàng đã làm một trận mưa to. Nước trong giếng dâng lên, tràn qua qua bờ giếng, đưa ếch ta ra ngoài. Quen thói cũ, ếch nhìn lên trời, nó bỗng thấy cả một bầu trời rộng lớn hơn nhiều cái khoảng trời nó vẫn thấy trước đây. Ếch không tin và thấy bực bội vì điều đó. Để ra oai, nó cất tiếng kêu ồm ộp. Vị chúa tể hy vọng là sau tiếng kêu của mình mọi thứ đều phải trở lại như cũ. Nhưng bầu trời vẫn là bầu trời. Còn nó vì mải nhìn lên trời chả thèm để ý đến xung quanh, nên đã bị một con trâu đi qua dẫm bẹp. Từ cách nhìn thế giới bên ngoài chỉ thông qua miệng giếng của chú ếch nọ mà thành ngữ "*ếch ngồi đáy giếng*" ra đời. Thành ngữ này trước hết để chỉ "những người hiểu biết ít do điều kiện tiếp xúc hẹp". Sau nữa, lại từ thái độ nhâng nháo "*coi trời bằng vung*" của ếch mà thành ngữ này còn hàm ý nói về sự chủ quan, coi thường mọi người, coi thường thực tế ⋯

(Phỏng theo "*Các điển cố về thành ngữ, tục ngữ*")

TỪ VỰNG (어휘)

con ếch	개구리	(sự) ngẫu nhiên	(偶然) 우연히
(cái) giếng	우물	nọ, ấy, đó	지시대명사
(con) nhái	청개구리	(con) cua	게
(con) ốc	우렁이	đáy (giếng)	우물
khoảng trời	하늘	(cái) vung	냄비 뚜껑
vũ trụ	(宇宙) 우주	tự coi (mình), tự cho (mình)	자신을 …라고 여기다
chúa tể	(主宰) 주재, 지배자	Ngọc hoàng	(玉皇) 옥황상제
(nước) dâng (lên)	물이 차 오르다	tràn (qua)	넘쳐 흐르다
thói, thói quen	익숙하다	bực bội	화를 내다
ra (làm) oai	거만하게 행동하다	cất (lên)	소리를 높이다
tiếng kêu	외치는 소리	mãi nhìn	오래도록 주시하다
chả (không) thèm	원치않다	để ý, chú ý	(意, 主意) 주의하다
dẫm bẹp	밟히다	cách nhìn	보는 방법
thông qua	(通過) 통과하다	miệng giếng	우물 입구
thành ngữ	(成語) 고사성어	chỉ, biểu thị	(指, 表示) 지시하다, 표시하다
tiếp xúc	(接觸) 접촉하다	thái độ	(態度) 태도
nhâng nháo	무례한	hàm ý	(含意) 함의
(sự) chủ quan	(主觀) 주관	coi thường	경시하다
"coi trời bằng vung"		하늘을 냄비 뚜껑만큼 여긴다	
"Ếch ngồi đáy giếng"		개구리가 우물 밑에 앉아 있다(우물한 개구리)	

BÀI TẬP 2 (연습)

I. Trả lời câu hỏi bằng cách lựa chọn đáp án đúng

1. Tại sao từ khi sinh ra, ếch đã ở trong một cái giếng?

① bởi vì giếng là nhà của ếch
② bởi vì ếch thích sống dưới giếng
③ điều này hoàn toàn do ngẫu nhiên
④ vì dưới giếng có các bạn nhái, cua, ốc …

2. Bạn bè sống cùng ếch dưới đáy giếng gồm những con gì?

① chỉ có họ hàng nhà ếch
② chỉ có ếch và nhái
③ không chỉ có nhái mà còn có cua, ốc …
④ chỉ có ếch và một vài con cua, ốc …

3. Khi sống dưới giếng, ếch nhìn thấy bầu trời như thế nào?

① vô cùng bao la, rộng lớn ② nhỏ bé như một cái vung
③ to như một cánh rừng ④ bé như một hạt đỗ

4. Lý do nào đã đưa ếch lên khỏi giếng ra ngoài?

① Ngọc Hoàng đã làm một trận mưa to.
② Nước trong giếng dâng lên, tràn qua bờ
③ Hoàn toàn do ngẫu nhiên
④ Cả phương án ① và ②

5. Khi lên khỏi giếng, bước ra ngoài nhìn thấy cả một bầu trời bao la, rộng lớn, thái độ của Ếch thế nào?

① hơi bực bội
② không tin vào sự thật đó
③ để ra oai, cất tiếng kêu: ộp ộp
④ cả 3 phương án trên

6. Vì sao ếch đã bị dẫm bẹp?

① vì mải nhìn lên trời, không để ý đến xung quanh
② vì thái độ hống hách
③ vì tự coi mình là chúa tể
④ vì sơ ý

7. Ếch đã bị con gì dẫm bẹp?

① một con bò
② một con voi
③ một con ngựa
④ một con trâu

8. Thành ngữ "Ếch ngồi đáy giếng" có nghĩa là gì?

① chỉ thái độ không tôn trọng những người xung quanh và thiếu khiêm tốn
② chỉ những người do tiếp xúc hẹp, hiểu biết ít, chủ quan, coi thường mọi người, coi thường thực tế
③ chỉ những người có thái độ "coi trời bằng vung" và thiếu kiên nhẫn
④ cả hai phương án ① và ③

II. Hãy cho biết ý chính của đoạn văn

III. Hãy đặt tên cho đoạn văn.

IV. Dựa vào từ gạch dưới in đậm, viết lại câu sau

1. Câu chuyện **do** anh Khánh kể rất thú vị.

2. Chủ nhật, trời **có** đẹp (thì)chúng tôi **mới** đi bơi thuyền ở Hồ Tây

3. Vào mùa đông **ngắn hơn** đêm.

4. Con gái tôi **thông minh hơn** con gái anh.

5. Khí hậu Hàn Quốc **lạnh hơn** Việt Nam.

6. Bố mẹ tôi **nhiều tuổi hơn** bố mẹ anh.

V. Hãy tìm câu gần nghĩa với câu sau

1. Thời tiết đẹp thế này thì ai mà chẳng thích.

① Chẳng ai thích thời tiết đẹp thế này.
② Thời tiết đẹp thế này thì không ai không thích.
③ Thời tiết đẹp thế này thì ai cũng chẳng thích.
④ Thời tiết đẹp thế này sao mà thích được.

2. Cứ ngồi lên xe máy là anh ấy phóng rất nhanh.

① Vì ngồi lên xe máy thì anh ấy phóng rất nhanh.
② Giá ngồi lên xe máy là anh ấy phóng rất nhanh.
③ Khi nào ngồi lên xe máy là anh ấy phóng rất nhanh.
④ Hễ nằm lên xe máy là anh ấy phóng rất nhanh.

VI. Hãy tìm câu khác nghĩa với câu sau

1. Từ nhà tôi đến công ty khoảng 5 km.

① Từ nhà tôi đến công ty mất 5 km.
② Nhà tôi cách công ty độ 5 km.
③ Công ty cách nhà tôi khoảng 5km.
④ Từ công ty đến nhà tôi chừng 5 km.

2. Họ nói với chị ấy là họ sẽ đưa chị ấy đi thăm cả Huế nữa.

① Họ nói với chị ấy rằng sẽ đưa chị ấy đi thăm cả Huế nữa.
② Chị ấy nói với họ là họ cũng sẽ được đi thăm cả Huế nữa.
③ Họ nói với chị ấy là chị ấy cũng được đi thăm cả Huế nữa.
④ Họ nói với chị ấy là họ sẽ dẫn chị ấy đi thăm cả Huế nữa.

Bài 10

So với anh ấy thì tôi thấp hơn

CÂU MẪU (문형)

1 Kết cấu: **So với A (thì) B hơn (nhất)**

2 Cách dùng các từ: "**ngay, chính, tận**"

3 Cấu trúc bài văn

A

1. **So với** anh ấy thì tôi thấp **hơn**.
2. **So với** sông Mê Công, thì sông Hồng ngắn **hơn**.
3. **So với** các bạn trong lớp thì em ấy xinh **nhất**.
4. **So với** năm ngoái **thì** năm nay thời tiết nóng **hơn**.
5. **So với** các bạn cùng lớp, anh ấy là người thành đạt **nhất**.
6. **So với** trước đây, tiếng Việt hiện nay của tôi khá **hơn**.

B

1. Nhà tôi ở **ngay** cạnh trường.
2. Tôi sẽ đi **ngay** sáng sớm mai.
3. Chiếc ô tô đỗ **ngay** trước cửa nhà tôi.
4. **Ngay** một nghìn tôi cũng không có.
5. **Ngay** người Việt cũng khó giải thích từ này.
6. Ông ấy bị tai nạn, chúng ta phải đưa **ngay** (ông ấy) đến bệnh viện.

7. Vừa nhận được thư của cô ấy, tôi trả lời **ngay**.
8. Nó vừa đến đã đi **ngay**.
9. Hễ có phim hay là chị ấy đi xem **ngay**.

C

1. **Chính** anh ấy đã nói như vậy.
2. **Chính** anh ta nói chứ không phải tôi.
3. Nhà anh ấy ở **chính** giữa phố.
4. Hôm qua, **chính** (mắt) tôi trông thấy ông ấy.
5. Món ăn này do **chính** mẹ tôi nấu.
6. Mấy hôm nay trời mưa to, **chính** vì thế mà nhiều đường phố bị ngập.

D

1. Anh ấy đến **tận** lớp học để gặp tôi.
2. Kỷ niệm ấy, tôi nhớ đến **tận** bây giờ.
3. Tối qua, chị ấy thức **tận** 2 giờ sáng để học bài.
4. Khi chúng tôi đến, ông ấy ra **tận** cửa đón (chúng tôi).
5. Chị ấy tiễn chúng tôi **tận** cửa xe buýt.
6. Họ đến **tận** phòng mời chúng tôi đi ăn.

TỪ VỰNG (어휘)

ngay (phó từ)	바로(부사)	**ngay (trợ từ)**	바로(조사)
chính (trợ từ)	(正) 바로, 정확히	**tận (trợ từ)**	바로
thành đạt	(成達) 달성하다	**ngập (lụt)**	잠기다, 침수되다
tai nạn	(災難) 재난	**chứ (không phải)**	…가 아니다
món ăn	음식	**tiễn**	(餞)전송하다
kỷ niệm	(記念) 기념하다	**thức**	깨어있다
cửa	문		

CHÚ GIẢI NGỮ PHÁP (어법주해)

1 **Kết cấu: "So với A (thì) B hơn** (nhất)" là kết cấu so sánh về tính chất, trạng thái, đặc điểm, kích thước, phạm vi ⋯ giữa hai sự vật, hiện tượng hoặc giữa các sự vật với nhau ở hai bậc: bậc so sánh "***hơn***" và "***nhất***". Giữa các sự vật, hiện tượng được so sánh có thể có "thì" hoặc "dấu phẩy".

Ví dụ
- **So với** ông ấy, **tôi** thấp **hơn**
- So với các anh em **thì** anh ấy là người nghèo **nhất**.
- Vào mùa đông, so với Việt Nam, nhiệt độ ở Hàn Quốc thấp **hơn**.

"**So với A (thì) B hơn**"는 양자의 성질, 상태, 특징, 격식, 범위 등을 서로 비교할 때 쓰는 문형이다. 비교되는 사물, 현상 간에는 예시처럼 "thì" 혹은 "쉼표"가 있을 수 있다.

2 **Các từ: "ngay, chính, tận"** (trợ từ và phó từ) đều mang nghĩa "nhấn mạnh". Cụ thể:
2-1. "**Ngay**" (phó từ), biểu thị hành động xảy ra "liền sau đó", "không chậm trễ".

Ví dụ
- Tan học là chị ấy về nhà **ngay**.
- Nói đến Hà Nội là người ta nghĩ **ngay** đến hồ Hoàn Kiếm.

"**Ngay**" (trợ từ) biểu thị tính xác định của một địa điểm (ở đúng nơi đó chứ không phải nơi nào khác), một thời điểm (vào lúc đó chứ không phải lúc nào khác).

Ví dụ
- Chiếc ô tô đã đỗ **ngay** trước cửa nhà tôi. (địa điểm)
- Chúng tôi sẽ thi xong **ngay** chiều nay. (thời gian)

2-2. "**Chính**" (trợ từ), dùng để nhấn mạnh tính đích xác (không phải ai khác, không phải cái gì khác) của chủ thể hoặc đối tượng (và do đó có ý "***ngầm phủ định những chủ thể, những đối tượng khác***").

Ví dụ
- **Chính** anh ta nói chứ không phải tôi.
- **Chính** mắt tôi trông thấy.
- Tôi cần **chính** cái bút đó.

2-3. "**Tận**" (trợ từ) biểu thị nơi chốn (địa điểm), thời gian, mức độ, số lượng, phạm vi đã được nói ra là cái giới hạn cuối cùng mà hành động đạt tới hoặc hướng tới.

Ví dụ
- Ông ấy buồn đến **tận** cuối đời. (thời gian)
- Nhà anh ấy ở **tận** cuối phố. (địa điểm)
- Chuyện ấy tôi nhớ đến **tận** bây giờ. (thời gian, mức độ)

"**Ngay, chính, tận**" 등의 단어는 조사와 부사로서 강조하는 의미를 갖는다. 구체적으로, 부사 "**Ngay**" 는 예시처럼 "그 이후 바로", "지체없이" 일어난 행동을 표현한다. 조사 "**Ngay**"는 예시처럼 한 지점(다른 지점이 아니라 바로 그 지점) 혹은 한 시점(다른 때가 아니라 바로 그 때)의 확정성을 표현한다.
조사 "**chính**"은 주체나 대상의 정확성(다른 사람이 아닌, 다른 무엇이 아닌)을 강조하기 위하여 쓴다(이 때문에 "**chính**"은 주체나 대상을 은유적으로 부정하는 의미가 있다).
조사 "**tận**"은 예시처럼 언급된 지점, 시간, 정도, 수량, 범위를 표현한다. 이들은 행동이 미칠 수 있는 마지막 한계이다.

3 **Cấu trúc bài văn (Essay)**: Một bài văn, tối thiểu có 3 phần: phần mở đầu (mở bài); phần **giải quyết vấn đề** (thân bài) và phần **kết bài** (kết luận). Về cấu trúc, mỗi phần của bài tối thiểu tương ứng với một đoạn văn (3 phần tương ứng 3 đoạn văn). Số lượng đoạn văn có thể tăng lên ở **phần giải quyết vấn đề** (nhiều hơn 1 đoạn) vì phụ thuộc vào nội dung mà vấn đề được đặt ra …

- Phần mở bài là phần giới thiệu nội dung chính của bài. Nội dung chính được thể hiện bằng một hoặc một vài **câu chủ đề**. Phần mở bài là phần bắt buộc của một bài văn. Chẳng hạn: "***Sống ở thành phố vừa có những mặt thuận lợi, đồng thời vừa phải đối mặt với không ít khó khăn***". Tuy nhiên, tùy năng lực mà mỗi người có thể mở rộng hoặc đưa vào những câu mang tính dẫn dắt …
- Phần **giải quyết vấn đề** là phần đưa ra những chứng cứ (evidence) để giải thích hay chứng minh cho các nội dung chính (ý chính) đã được nêu ra ở phần mở đầu. Phần giải quyết vấn đề có thể dài/ngắn, một đoạn hay nhiều đoạn tùy thuộc vào nội dung đã được nêu ra trong phần mở đầu (thường từ 2 đến 3 ý, tương ứng với 2 đến 3 đoạn). Chẳng hạn, với phần mở bài trên, phần giải quyết vấn đề của bài gồm 2 ý, tương ứng với **2 đoạn văn**:

Đoạn văn 1: ***Những mặt thuận lợi khi sống ở thành phố***

- Cơ hội học tập, giáo dục, nâng cao ngoại ngữ.
- Cuộc sống, cơ hội việc làm, giải trí ở mức cao.
- Giao thông đi lại tiện lợi, văn minh.

Đoạn văn 2: ***Những mặt khó khăn khi sống ở thành phố.***

- Đông đúc, ồn ào, ô nhiễm.
- Sinh hoạt đắt đỏ, nhà ở chật chội.
- Hiện tượng tắc đường, kẹt xe.

Cách viết mỗi đoạn (tham khảo kĩ năng viết đoạn văn ở bài 1 & 2)

• Phần **kết bài** là phần **tóm lược** lại các ý đã được nêu ra (ở phần mở bài) và đã được giải thích, chứng minh (ở phần giải quyết vấn đề) hoặc **nêu ý nghĩa** của câu chủ đề hoặc đưa ra một số **giải pháp** (solution) tùy thuộc vào tính chất, đặc điểm, phạm vi của vấn đề. Có thể hình dung cấu trúc tối thiểu của một đoạn văn trong sơ đồ dưới đây:

PHẦN MỞ BÀI (Introduction)
(các câu nêu ra chủ đề chính)

↓

ĐOẠN VĂN 1 (Body paragraph 1)
- ý 1(nêu, giải thích, chứng minh)
- ý 2(nêu, giải thích, chứng minh)
- ý 3(nêu, giải thích, chứng minh)

↓

ĐOẠN VĂN2 (Body paragraph 2)
- ý 1(nêu, giải thích, chứng minh)
- ý 2(nêu, giải thích, chứng minh)
- ý 3(nêu, giải thích, chứng minh)

↓

PHẦN KẾT BÀI (Conclusion)
(tóm lược, nêu ý nghĩa, các giải pháp)

Do đó, để viết được bài văn (essay), chúng ta cần phải:

- Xác định chủ đề (topic) của bài văn (về nội dung gì? mấy nội dung?)
- Xác định nội dung 1 gồm những ý bổ trợ nào?
- Xác định nội dung 2 gồm những ý bổ trợ nào?

… v.v.

- Xác định cách lập luận (diễn dịch hay qui nạp?)
- Xác định đặc điểm, tính chất, phạm vi của chủ đề, từ đó lựa chọn cách kết luận bài văn (có thể: tóm lược, nêu ý nghĩa hoặc giải pháp …)

• 엣세이 구조: 엣세이는 최소한 서론, 본론, 결론 세 부분을 갖는다. 구조에서 글의 각 부분은 최소한 한 문단(세 부분은 세 문단과 비슷)과 상응한다. 문단의 양은 문제 해결 부분(한 문단보다 많음)에서 늘어날 수 있다. 이는 문제가 제기된 내용에 예속되기 때문이다.

• 서론: 글의 핵심 내용을 소개하는 부분이다. 핵심 내용은 하나 혹은 두 세 개의 주제 문장으로 구현된다. 서론은 엣세이의 필수 부분이다. 예컨대, "수도에서 산다는 것은 좋은 면들이 있으며 동시에 어려운 면도 적잖게 있다". 그러나, 능력에 따라 각인은 서론을 확대하거나 혹은 인용문을 삽입할 수 있다.

• 문제 해결 부분은 서론 부분에서 언급된 핵심 내용을 해석 혹은 증명하기 위한 증거들을 제시하는 부분이다. 문제 해결 부분은 서론 부분(두 세 개의 아이디어 혹은 두 세 개의 문단)에서 언급된 내용에 따라 장단이거나 문단 혹은 많은 문단일 수 있다.

1문단: 도시에서 살 때 좋은 점들-학습, 교육, 외국어 향상 기회, 생활, 취업 기회, 높은 수준의 휴식

2문단: 도시에서 살 때 어려운 점들- 많은 인구, 소음, 오염, 비싼 물가, 비좁은 집, 교통 혼잡, 도로 정체

각 문단 작성 방법(본 교재 1-2과의 문단 쓰기 기능 참고)

• 결론 부분은 서론과 본론 부분에서 언급된 내용들을 요약하거나 주제 문장의 의미를 지적하거나 혹은 일부 해법을 제시하는 부분이다. 이는 문제의 성질, 특징, 범위에 따라 다르다. 아래 그림처럼 한 문단의 최소 구조를 그려볼 수 있다.

서론
- 핵심 주제를 언급한 문장들

↓

1문단
- 아이디어 1(언급, 해석, 증명)
- 아이디어 2(언급, 해석, 증명)
- 아이디어 3(언급, 해석, 증명)

↓

2문단
- 의미 1(언급, 해석, 증명)
- 의미 2(언급, 해석, 증명)
- 의미 3(언급, 해석, 증명)

↓

결론
- 요약, 의미 , 해법 언급

이 때문에 논문을 쓰기 위해서는 다음을 알아야 한다:
- 어떤 내용이냐, 몇 개의 내용이냐는 형태로 글의 주제를 확정한다.
- 보조 아이디어를 구성하는 1내용을 확정한다.
- 어떤 보조 아이디어를 구성하는 2내용을 확정한다.
- ...
- 입론(연역 혹은 귀납) 방법을 확정한다.
- 주제의 특점, 성질, 범위를 확정하고부터 글의 결론 방법을 선택한다(요약하거나 의미 혹은 해법을 언급할 수 있다)

BÀI TẬP 1 (연습)

I. Biến đổi câu theo kết cấu "*So với A (thì) B … hơn (nhất)*"

Mẫu: - Hôm nay nóng hơn hôm qua.

- **So với** hôm qua **thì** hôm nay nóng **hơn**.

Tiếp tục với:

1. Hà Nội rộng hơn thành phố Hồ Chí Minh.

2. Thành phố Hồ Chí Minh đông người hơn Hà Nội.

3. Mấy năm trước không nóng chỉ năm nay nóng hơn cả.

4. Dù bằng tuổi nhau nhưng trông tôi già hơn ông ấy.

5. Học cùng một lớp nhưng tiếng Việt của tôi kém hơn tiếng Việt của chị ấy.

6. Cùng một công ty nhưng công việc của tôi nhàn (rỗi) hơn anh ấy.

7. Chúng tôi cùng học với nhau nhưng anh ấy thành đạt hơn cả.

8. Học kỳ trước em thi không tốt nhưng học kỳ này em thi tốt hơn.

II. Sử dụng "*ngay*" (phó từ) và "*ngay*" (trợ từ) viết lại các câu sau

1. Lớp học của chúng tôi ở cạnh lớp học của anh ấy.

2. Vừa đến Hàn Quốc, anh ấy gọi điện cho tôi.

3. Thi xong học kỳ, em ấy về quê.

4. Họ hẹn gặp nhau ở trước cổng trường đại học.

5. Vừa tốt nghiệp xong, họ tìm được việc làm.

6. Tối qua nóng thế mà sáng nay lạnh.

7. Sự việc ấy xảy ra trước mắt tôi.

8. Khi tôi gọi điện thoại, bao giờ chị ấy cũng trả lời.

III. Điền "*chính*" (trợ từ) vào những vị trí có thể trong các câu sau

Mẫu: - Chiều qua, ông ấy đã gọi điện thoại cho tôi.

- Chiều qua, **chính** ông ấy đã gọi điện thoại cho tôi.

- Chiều qua, ông ấy đã gọi điện thoại cho **chính** tôi.

Tiếp tục với:

1. Ông ấy đã mua hoa tặng bà ấy.

2. Em ấy đã hỏi thầy giáo câu hỏi này.

3. Hôm qua, tôi nhìn thấy họ đi chơi với nhau.

4. Anh ấy thông báo là ngày mai chúng tôi được nghỉ học.

5. Thông tin này do anh ấy nói ra chứ không phải tôi.

6. Họ làm việc này chứ không phải chúng tôi.

IV. Sử dụng "*tận*" hoàn thiện các câu sau

1. Đêm qua, họ thức ______. 2 giờ sáng để xem bóng đá.
2. Quê em ấy ở ______ Busan.
3. Ông ấy tiễn chúng tôi đến ______ sân ga.
4. Anh ấy đưa chị ấy về ______.
5. Chúng tôi vẫn nhớ chị ấy ______.
6. Chúng tôi liên hoan ______.

BÀI ĐỌC (독해)

GIA ĐÌNH VIỆT NAM

Việt Nam là một nước nông nghiệp ở phương Đông. Gia đình **từ xưa đến nay** đóng vai trò hết sức quan trọng. Người Việt Nam rất coi trọng việc kết hôn chính thức và đám cưới được tổ chức theo phong tục truyền thống. Những đôi nam nữ sống với nhau mà không kết hôn (gọi là "sống thử") thường bị bố mẹ, họ hàng, xã hội chê trách.

Gia đình Việt Nam trước đây thường gồm ba, bốn thế hệ cùng chung sống. Còn gia đình Việt Nam hiện nay có hai loại: loại thứ nhất là gia đình nhiều thế hệ (phổ biến nhất là 3 thế hệ: ông bà, bố mẹ, con cái); loại thứ hai là gia đình **hạt nhân** (gồm hai thế hệ: bố mẹ và con cái). Hiện nay, gia đình hạt nhân chiếm khoảng 70%, gia đình nhiều thế hệ khoảng 30% tùy địa phương. Sở dĩ gia đình hạt nhân phát triển mạnh là do các đôi vợ chồng trẻ muốn sống tự do, nhất là người vợ. Tuy nhiên, ở các gia đình ba thế hệ, cuộc sống vẫn hạnh phúc vì ông, bà thường giúp các con trong việc nội trợ, đưa đón trẻ nhỏ đến trường ···v.v. Theo truyền thống, con cái thường chăm sóc bố mẹ khi về già. Vì vậy, ở Việt Nam số người già sống tại các viện dưỡng lão không nhiều ···

Đối với người Việt, việc lập gia đình và sinh con cũng rất quan trọng. Khi hai vợ chồng có con thì họ cảm thấy hạnh phúc và có trách nhiệm với nhau hơn. Ngày xưa, các gia đình muốn nhiều con vì quan niệm *"nhiều con, nhiều lộc"* (con cái là của cải). Ngày nay, nhà nước Việt Nam khuyến khích mỗi gia đình chỉ nên có một hoặc hai con. Tuy nhiên chính sách này chỉ **áp dụng** tốt ở thành phố, còn ở nông thôn, người ta vẫn sinh nhiều con. Mặt khác, xã hội Việt Nam là xã hội phụ hệ, *"trọng nam khinh nữ"* nên người Việt rất muốn có con trai. Nhiều gia đình ở nông thôn, dù đã có nhiều con gái, họ vẫn cố có con trai. Còn ở thành phố, nhiều gia đình có 1 hoặc 2 con gái, nhưng họ cũng không muốn sinh thêm nữa …

Phỏng theo *"Những bài đọc tiếng Việt nâng cao"*

TỪ VỰNG (어휘)

phương Đông	(方東) 아시아	nông nghiệp	(農業) 농업
vai trò	역할	coi trọng	중시여기다
kết hôn	(結婚) 혼인, 결혼	li hôn	(離婚) 이혼하다
tự do	(自由) 자유	thế hệ	(世系) 세대
chê trách	책망하다	sống thử	살아보다
đám (cưới, ma)	혼인하다, 제사하다	hạt nhân	핵가족
chiếm	(占) 점령하다	chính quyền	(正權) 정권
đưa đón	보내다	trẻ nhỏ	어린
chăm sóc	돌보다	viện dưỡng lão	(院養老) 양노원
về già	늙어가다	khuyến khích	(勸激) 권면하다
giảm/tăng	(減/增) 증감하다	phụ hệ	(父系) 부계
trách nhiệm	(責任)책임	chính sách	(政策) 정책
lộc, bổng lộc	(俸祿) 봉록	cố, cố gắng	노력하다
của cải	재산	nhà nước	국가
"nhiều con nhiều lộc"	많은 자식은 많은 재산이다		
"trọng nam khinh nữ"	중남경녀(重男輕女: 남존여비)		

BÀI TẬP 2 (연습)

I. Hãy chọn từ gần nghĩa thay thế cho từ in đậm, gạch dưới

1. Đối với người Việt Nam, gia đình **đóng** vai trò rất quan trọng.

   ① chiếm ② giữ ③ đặt

2. Trước đây, nhiều gia đình muốn có nhiều con để **về sau** các con sẽ chăm sóc bố mẹ.

   ① thì tương lai ② sau này ③ phía sau

3. Truyền thống của người Việt Nam là con cái **chăm sóc** bố mẹ khi về già.

   ① nuôi dưỡng ② chăm học ③ chăm chỉ

4. Hiện nay, ở Việt Nam gia đình hai thế hệ **phát triển** mạnh.

   ① tiến triển ② triển khai ③ gia tăng

5. Hầu hết đàn ông Việt Nam đều **mong muốn** có con trai.

   ① muốn được ② ước muốn ③ mong sao

6. Người Việt Nam coi trọng việc lập gia đình và **sinh con**.

   ① sinh sản ② sinh đẻ ③ đẻ con

7. Ở Việt Nam người già không thích sống trong các **viện dưỡng lão**.

   ① viện điều dưỡng ② viện lão khoa ③ viện chăm sóc người già

8. Việc **<u>kết hôn</u>** chính thức là rất quan trọng với nhiều người.

① đính hôn ② lập gia đình ③ hứa hôn

II. Tìm hiểu cấu trúc của bài đọc (trả lời viết)

1. Bài đọc trên gồm mấy đoạn?

2. Hãy cho biết ý chính của đoạn 1

3. Đoạn văn 2 nói về gì?

4. Hãy cho biết ý chính của đoạn văn 3?

5. Nội dung chính của bài đọc trên là gì?

III. Dựa vào từ gạch dưới in đậm, viết lại câu sau

1. Dạo này thời tiết ở Hàn Quốc **càng ngày càng** lạnh.

2. Chị Thúy Quỳnh **có** mời (thì) tôi **mới** đến dự tiệc.

3. **Tên (của) tôi là** Nguyễn Văn Lâm.

4. **Hễ** thời tiết thay đổi **là** anh ấy bị viêm họng.

5. Ở Hàn Quốc tháng 2 lạnh **nhất**.

6. Sáng nay tôi thức dậy muộn, vì **thế** không kịp ăn sáng.

7. Anh ấy **bao giờ cũng** sẵn sàng giúp đỡ chúng tôi.

6. Trong gia đình tôi, mẹ tôi là người bận **nhất**.

IV. Chọn câu gần nghĩa với câu sau

1. Sau khi anh ấy giải thích, họ đã nghe ra vấn đề.

① Sau khi anh ấy giải thích, họ đã hiểu được vấn đề.
② Sau khi anh ấy giải thích, họ đã nghe được vấn đề.
③ Sau khi anh ấy giải thích, họ đã nghe thấy vấn đề.
④ Sau khi anh ấy giải thích, họ đã nghe rõ vấn đề.

2. Tôi mới học tiếng Anh 3 tháng thì làm sao mà đọc báo tiếng Anh được.

① Tôi mới học tiếng Anh 3 tháng nhưng tôi đọc báo tiếng Anh được.
② Tôi mới học tiếng Anh 3 tháng vì vậy mà tôi đọc báo tiếng Anh được.
③ Tôi mới học tiếng Anh 3 tháng nên không thể đọc báo tiếng Anh được.
④ Tôi mới học tiếng Anh 3 tháng nhưng tôi có thể đọc báo tiếng Anh được.

V. Chọn câu khác nghĩa với những câu còn lại

A
① Khi tôi đến, anh ấy đang làm bài tập.
② Lúc tôi đến, anh ấy đang làm bài tập.
③ Khi nào tôi đến, anh ấy đang làm bài tập.
④ Vào lúc tôi đến, anh ấy đang làm bài tập.

B
① Dạo này thời tiết rất tốt nên mẹ tôi khoẻ hơn trước.
② Dạo này mẹ tôi khoẻ hơn trước nhờ thời tiết rất tốt.
③ Hễ thời tiết tốt là mẹ tôi khoẻ lên.
④ Dạo này thời tiết rất tốt nên mẹ tôi khoẻ đi.

Bản ghi nhớ

Bài 11

Anh ấy mới đến mà đã đi ngay

CÂU MẪU (문형)

1 Kết cấu: ··· **mới** ··· **mà (đã, lại)** ···
2 Cách dùng tổ hợp: **Phải chăng ···?**
3 Mở rộng thành phần câu: **mở rộng thành phần định ngữ**

A

1. Anh ấy **mới** đến **mà đã** đi ngay.
2. **Mới** đó **mà** đã sắp hết năm rồi.
3. Em ấy **mới** 15 tuổi **mà đã** cao 1m70.
4. Anh ấy **vừa** nằm **mà đã** ngủ (ngay).
5. Họ **mới** quen biết nhau **mà** (đã) như là bạn thân.
6. Chúng em **mới** học tiếng Việt **mà đã** có thể nói được tiếng Việt.

B

1. **Phải chăng** nguyên nhân việc đó là như vậy?
2. Anh nói thế, **phải chăng** anh không thích cô ấy?
3. **Phải chăng** em ấy không biết nên không đến?
4. Chị ấy không trả lời, **phải chăng** chị ấy giận mình?
5. **Phải chăng** anh không biết gì về bóng đá?

C

1. Chiếc áo **(mà) mẹ tôi mới mua** là hàng hiệu.
2. Ô tô **do hãng Hyundai sản xuất** rất tốt.
3. Đây là món quà **mà bố tôi mua tặng mẹ**.
4. Món ăn **do mẹ tôi nấu** rất ngon.
5. Sinh viên **mà tôi gặp hôm qua** đang học tiếng Việt ở HUFS.
6. Nơi **tôi sinh ra và lớn lên** là thành phố Seoul.

TỪ VỰNG (어휘)

nằm	눕다	quen biết	알다
bạn thân	친구	phải chăng	…하지않느냐
nguyên nhân	(原因) 원인	giận (dỗi)	화내다
hàng hiệu	유명 상품	hãng (công ty)	회사
món quà	선물	món ăn	음식
sinh ra	낳다, 태어나다	lớn lên	자라다, 성장하다

CHÚ GIẢI NGỮ PHÁP (어법주해)

1 **Kết cấu: "… mới A … mà (đã, lại) B …"** biểu thị tính chất "quá sớm" hay "quá nhanh" của thời gian hoặc "quá ít" của số lượng hay của mức độ. Ở vị trí A có thể là danh từ biểu thị thời gian (hay đại từ thời gian), danh từ số lượng hoặc có thể là động từ, hay cụm động từ …v.v. Còn "mà" có thể kết hợp với "đã" hoặc "lại" thành "mà đã, mà lại" hoặc "… mà + S + (đã) lại".

Ví dụ
- Chị ấy **vừa** tới **mà lại** đi ngay
- **Mới** 6 giờ rưỡi **mà** họ **đã** bắt đầu làm việc rồi
- **Mới** đó **mà đã** kết thúc một học kỳ rồi

"**… mới A … mà (đã, lại) B …**"의 문형은 시간의 "이른" 혹은 "빠른" 혹은 수량이나 정도의 "적은" 성질을 표현한다. A부분은 시간 명사(혹은 시간 대명사), 수량 명사 혹은 동사 혹은 집단 동사일 수 있다. 그리고 예시처럼 "**mà**"는 "**đã**" 혹은 "**lại**"와 결합하여 "**mà đã, mà lại**" 혹은 "**… mà + S + (đã) lại**"의 형태가 될 수 있다.

2 **Tổ hợp từ: "Phải chăng …?**

Dùng trong câu nghi vấn (câu hỏi) biểu thị ý nhận định (hay khẳng định) nhưng có phần dè dặt (chưa chắc chắn); người nói nêu ra như muốn hỏi để trao đổi ý kiến với người đối thoại. Ngoài ra, trong một vài bối cảnh khác, tổ hợp này còn được sử dụng để biểu thị ý hỏi "***mỉa mai***" về một điều gì đó mà người đối thoại cũng thấy vô lý và khó trả lời.

Ví dụ
- **Phải chăng** nguyên nhân việc đó là như vậy?
- **Phải chăng** nói như vậy là không đúng?
- **Phải chăng** chuyện ấy anh không biết gì cả?

"**Phải chăng …?**"의 형태는 확실하지는 않지만 인정(혹은 긍정)의 의미를 표현하는 의문문에서 쓴다. 화자는 청자와 의견을 나누기 위하여 묻는 형태를 쓴다. 이외에도, 다른 몇몇 상황에서 이 조합은 청자가 무리하거나 혹은 대답하기 어려운 그 무엇을 조소하는 의도로 무를 때 쓴다.

3 Định ngữ là thành phần phụ trong câu. Định ngữ bổ nghĩa cho danh từ, có chức năng nêu thuộc tính, đặc điểm, tính chất của sự vật, hiện tượng … Định ngữ được nhận diện thông qua danh từ mà nó hạn định. Trong tiếng Việt, định ngữ luôn đứng sau danh từ. Quan hệ giữa thành phần định ngữ và danh từ là quan hệ "***hạn định***".

Thành phần định ngữ có thể là ***danh từ, tính từ, động từ, đại từ, số từ, một danh ngữ, tính ngữ, động ngữ*** hay một kết cấu chủ - vị (c-v). Trong trường hợp, định ngữ được biểu thị bằng một kết cấu c-v, gọi là câu **mở rộng thành phần định ngữ** và các liên từ "***mà, do …***" hay được sử dụng để thể hiện quan hệ hạn định.

Ví dụ
- Tôi đã đọc xong quyển sách **mới.** (tính từ)
- Tôi đã đọc xong quyển sách **mà anh ấy tặng** (c-v).
- Những chiếc ô tô **do hãng Huyndai sản xuất** rất tốt.

수식어는 문장의 부성분이다. 수식어는 명사를 위한 보어이며 사물과 현상의 속성, 특점, 성질을 나타내는 기능을 갖는다. 수식어는 수식어가 한정하는 명사를 통하여 인식된다. 베트남어에서 수식어는 항상 명사 뒤에 온다. 수식어와 명사 성분과의 관계는 한정 관계이다. 수식어 성분은 명사, 형용사, 동사, 대명사, 수사, 하나의 명사구, 형용사구, 동사구 혹은 절일 수 있다. 수식어가 주어와 술어 형태의 절로서 표현될 경우는 수식어 성분 확대 문장이라 한다. 대등연결사 "mà, do …" 등은 한정 관계를 구현하기 위하여 쓰인다.

BÀI TẬP 1 (연습)

I. Hoàn thiện các câu sau với "… *mới A* … *mà (đã, lại) B* …"

Mẫu: - 4 giờ sáng/ đã đi tập thể dục (họ)

- **Mới** 4 giờ sáng **mà** họ **đã** đi tập thể dục.

Tiếp tục với:

1. Tám giờ tối/ đã ngủ được một giấc rồi (ông tôi)

2. Hai lăm tuổi/ trông như 35 tuổi (anh ấy)

3. Mới đó/ mà sắp tốt nghiệp rồi (mình)

4. Mới đầu tháng 4/ nóng thế này rồi (thời tiết)

5. Mới cưới được mấy năm/ bây giờ có hai con rồi (chị ấy)

6. Mới đi công tác về chiều qua/ sáng nay đi công tác ngay (ông ta)

II. Sử dụng "… *mới A* … *mà (đã, lại) B* …" hoàn thiện các câu sau

1. Chúng em mới học tiếng Việt 1 học kỳ ______.
2. Chị ấy mới nói ______.
3. Anh ấy vừa bị ốm ______.
4. Em ấy vừa mới đi học ở Việt Nam ______.
5. Ông ấy vừa mới đọc ______.
6. Bà ấy vừa mới đến ______.
7. Mẹ em vừa mới đi làm về ______.
8. Các sinh viên vừa mới tốt nghiệp ______.

III. Sử dụng tổ hợp "*phải chăng*" hoàn thiện các câu sau

Mẫu: - Anh ấy 40 tuổi rồi vẫn chưa lập gia đình. (không muốn)

- **Phải chăng** anh ấy không muốn lập gia đình?

Tiếp tục với:

1. Hễ đến lớp là em ấy ngủ. (chán học)

______

2. Chị ấy thờ ơ với món quà anh ấy tặng. (không thích)

______

3. Cả ngày hôm nay chị ấy nằm trên giường không ăn, không uống. (bị ốm)

______

4. Anh ấy và chị ấy luôn luôn đi với nhau. (yêu nhau)

______

5. Hai em ấy giống nhau như đúc. (anh em sinh đôi)

______

6. Ông ấy không đồng ý với đề nghị của chúng tôi. (phản đối)

IV. Xác định và gạch chân các thành phần định ngữ trong các câu dưới đây

Mẫu: - Con ngựa mà anh nói tới hôm nọ, hôm nay được giải nhất.

- Con ngựa mà anh nói tới hôm nọ, hôm nay được giải nhất.

Tiếp tục với:

1. Hôm qua, hoa của cây đào do bố tôi trồng cạnh nhà đã nở.

2. Cô gái cậu đưa đến đây hôm qua thật dễ thương.

3. Chúng tôi đã làm hết các bài tập mà thầy giáo cho hôm qua.

4. Câu chuyện mà anh ấy kể đã làm xúc động mọi người.

5. Con đường do công ty chúng tôi thiết kế vừa đẹp vừa hiện đại.

6. Đoàn đại biểu Hàn Quốc do Bộ trưởng Y tế dẫn đầu đã đến Hà Nội.

7. Những em bé Hmông mắt một mí đang chơi đùa trước cửa hàng.

8. Chúng em

V. Hoàn thiện các câu sau bằng định ngữ có kết cấu c-v

1. Tôi có một người bạn ______.
2. Ô tô ______ như thế nào?
3. Câu chuyện ______ rất thú vị.
4. Những món ăn ______ rất hợp khẩu vị mọi người.
5. Các sinh viên ______ đều đang học ở HUFS.
6. Trường đại học ______ là Trường đại học Ngoại ngữ Hankuk.
7. Thời gian ______ là khoảng 3 tháng.
8. Thành phố Seoul là nơi ______.

BÀI ĐỌC (독해)

TÂM SỰ CỦA MỘT NGƯỜI NƯỚC NGOÀI HỌC TIẾNG VIỆT ···

Mới đây, tôi có ăn tối với một phụ nữ từ California (Mỹ) đến tại một nhà hàng ở TPHCM và một trong những điều đầu tiên cô ấy làm là nói dối người phục vụ bàn. Cô nói với người phục vụ là cô không biết tiếng Anh (thật ra là cô biết) nhưng tôi không trách cô. Vì đó dường như là cách tốt nhất để buộc người phục vụ phải nói tiếng Việt với cô ấy. Tôi thấy đây là một cách phổ biến mà nhiều người nước ngoài sống và làm việc tại TPHCM thường thực hiện.

Theo tôi biết, nhiều người nước ngoài không ngại học tiếng Việt. Nhưng **nghịch lý** là những người đầu tư thời gian và tiền bạc học ngôn ngữ này thường không có **"đất"** để sử dụng nó. Nguyên nhân là do những người bạn Việt Nam hay đồng nghiệp của họ biết tiếng Anh, do đó giao tiếp bằng tiếng Việt trở nên rất ít ỏi (hoặc không cần thiết). Một lý do khác, khó hiểu hơn, là người Việt luôn có thói quen không nói tiếng mẹ đẻ của mình với người nước ngoài. Do đó, nhiều người nước ngoài không có **cơ hội** nói tiếng Việt tại Việt Nam.

Một lần, chính mắt tôi thấy một người nước ngoài gặp một người bán trái cây dạo. Anh ta đã cố gắng sử dụng tiếng Việt đã được học để nói với người bán trái cây nhưng **rốt cuộc** anh ta được đáp lại bằng tiếng Anh. **Có vẻ như** người bán dạo nghĩ là, chị ta phải **làm vui lòng** người nước ngoài mà không muốn anh ta phải nói bằng tiếng Việt. Tôi chợt nghĩ, khi người Việt cố không sử dụng tiếng Việt với người nước ngoài thì điều đó không **có lợi** cho đất nước. Một người nước ngoài đến Việt Nam, phải chăng người Việt không khuyến khích họ tìm hiểu về văn hóa nước mình? Theo tôi, tìm hiểu văn hóa không chỉ là thưởng thức ẩm thực và du lịch mà còn phải biết ngôn ngữ Việt. Thậm chí, nếu người nước ngoài sinh sống tại Việt Nam lâu dài họ sẽ gặp nhiều khó khăn khi tìm hiểu xã hội Việt Nam nếu họ không biết tiếng Việt.

Một trong những người nước ngoài sống và làm việc tại TPHCM mà tôi gặp đầu tiên ở thành phố này là một nhà ngoại giao. Anh phàn nàn với tôi là người Việt không nói tiếng Việt với anh dù tiếng Việt của anh giỏi hơn tiếng Anh của những người Việt mà anh **bắt chuyện**. Theo quan điểm cá nhân tôi, tiếng Anh đã chi phối cả thế giới này rồi nên người Việt muốn có cơ hội để truyền bá ngôn ngữ của mình ra thế giới thì cần tôn trọng và nên sẵn sàng lắng nghe tiếng Việt **thốt ra** từ miệng của người nước ngoài, nhất là những người nước ngoài thành thạo tiếng Việt. Thật tuyệt vời khi người Việt học tiếng Anh nhưng xin vui lòng ủng hộ chúng tôi, những người nói tiếng Anh muốn học tiếng Việt ···

(*Phỏng theo* http://nld.com.vn)

TỪ VỰNG (어휘)

nói dối	거짓말하다	người phục vụ	(服務) 서비스 종사자
thật ra	(實) 사실은	trách	(責) 책망하다
dường như	…처럼 보이다	buộc, bắt buộc	반드시, 필수적으로
phổ biến	(普遍) 보편적	thực hiện	(實現) 실현하다
ngại	주저하다, 두려워하다	nghịch lý, vô lý	(逆理, 無理) 반하다
đầu tư	(投資) 투자하다	tiền bạc	돈
đồng nghiệp	(同業) 업이 같다	giao tiếp	(交接) 교류하다
ít ỏi	매우 적은	thói quen	익숙하다
cơ hội	(機會) 기회	bán trái cây dạo	돌아다니며 과일을 팔다
người bán dạo	돌아다니며 물건을 파는 사람	rút (rốt) cuộc	결국, 마침내
có vẻ như	…처럼 보이다	làm vui lòng	기뻐하다
có lợi	(利) 이익이 있다	có hại	(害) 손해를 입다
khuyến khích	(勸激) 권면하다	thưởng thức	(賞識) 이해하다
ẩm thực	(飮食) 음식	nhà ngoại giao	(外交) 외교관
phàn nàn	불만을 터뜨리다	bắt chuyện	이야기하다
cá nhân	(個人) 개인	chi phối	(支配) 지배하다
truyền bá	(傳播) 전파하다	thốt ra	쏟아져나오다
thành thạo	유창한	ủng hộ	(擁護) 옹호하다

BÀI TẬP 2 (연습)

I. Trả lời câu hỏi bằng cách lựa chọn đáp án đúng

1. Người mà tác giả của bài viết cùng ăn tối là ai?

① một nhà ngoại giao
② một phụ nữ Mỹ
③ một phụ nữ ở TPHCM
④ một phụ nữ Anh

2. Người phụ nữ ăn tối cùng tác giả đã nói dối người phục vụ bàn điều gì?

① Cô ấy không biết tiếng Việt
② Cô ấy không biết tiếng Anh
③ Cô ấy rất thạo tiếng Việt
④ Cô ấy rất thạo tiếng Anh

3. Vì sao người phụ nữ ăn tối cùng tác giả phải nói dối người phục vụ bàn?

① vì cô ấy không biết tiếng Việt
② vì người phục vụ bàn không biết tiếng Anh
③ để buộc người phục vụ phải nói tiếng Việt
④ vì cô ấy không biết tiếng Anh

4. Người nước ngoài mà chính mắt tác giả của bài viết nhìn thấy đã gặp ai?

① một người nước ngoài
② một người bán hoa quả dạo
③ một nhà ngoại giao
④ một phụ nữ nước ngoài

5. Có thể thay thế từ "rốt cuộc" ở đoạn 3 của bài đọc bằng từ nào?

① rút cục
② rốt cục
③ cuối cùng
④ cả 3 phương án trên

6. Người mà tác giả của bài viết gặp đầu tiên ở TPHCM là ai?

① một nhà ngoại giao
② một phụ nữ từ California (Mỹ) đến
③ một phụ nữ bán dạo ở TPHCM
④ một nhà ngoại giao Việt Nam

7. Hãy chọn từ trái nghĩa với từ "có lợi" ở đoạn 3 trong bài đọc?

① có ích　　② có hại
③ ưu điểm　　④ khuyết điểm

8. Hãy chọn từ gần nghĩa với từ "thốt ra" ở đoạn 3 trong bài đọc?

① phát âm ra　　② phát ra
③ phát lên　　④ chảy ra

9. Một nhà ngoại giao nước ngoài đã phàn nàn với tác giả bài viết điều gì?

① người Việt không nói tiếng Việt với anh
② người Việt không thích nói tiếng Việt với anh
③ người Việt không chịu nói tiếng Việt với anh ta
④ người Việt không nói tiếng Việt với anh

10. Thông điệp (message) mà tác giả bài viết này muốn gửi đến ở đây là gì?

① "Người Việt, hãy nói tiếng Việt với chúng tôi"
② "Người Việt, hãy nói tiếng Việt với chúng tôi đi"
③ "Người Việt, xin hãy vui lòng nói tiếng Việt với chúng tôi"
④ "Người Việt, xin hãy nói tiếng Việt với chúng tôi"

II. Tìm hiểu cấu trúc của bài đọc (trả lời viết)

1. Bài đọc trên gồm mấy đoạn?

2. Hãy cho biết ý chính của đoạn 1

3. Đoạn văn 2 nói về gì?

4. Hãy cho biết ý chính của đoạn văn 3?

5. Đoạn văn 4 nói về gì?

6. Nội dung chính của bài đọc trên là gì?

III. Dựa vào từ gạch dưới in đậm, viết lại câu sau

1. **Mái tóc (của) em gái chị ấy** đen và dài.

2. Khi giảng bài thầy giáo thường **đi lại nhiều lần** trong lớp học.

3. Năm ngoái chúng tôi **có** đến thành phố Hồ Chí Minh.

5. Bạn tôi **có thói quen** thức khuya, dậy sớm.

5. Chúng tôi vào để mua hàng nhưng **hình như** người bán không muốn bán.

6. Chúng tôi không ngại học tiếng Việt nhưng **nghịch lý** là người Việt không chịu nói tiếng Việt với chúng tôi.

IV. Chọn câu gần nghĩa với câu sau

1. Chúng tôi đã làm xong tất cả bài tập của bài này rồi.

① Chúng tôi đã làm xong toàn thể bài tập của bài này rồi.
② Chúng tôi đã làm hoàn toàn bài tập của bài này rồi.
③ Chúng tôi đã làm xong toàn bộ bài tập của bài này rồi.
④ Chúng tôi đã làm hết xong tất cả bài tập của bài này rồi.

2. Anh ấy rất chăm chỉ, thường dậy lúc 5 giờ sáng để học bài.

① Anh ấy rất chăm chỉ, ít khi dậy lúc 5 giờ sáng để học bài.
② Anh ấy rất chăm chỉ, thỉnh thoảng dậy lúc 5 giờ sáng để học bài.
③ Anh ấy rất chăm chỉ, luôn dậy lúc 5 giờ sáng để học bài.
④ Anh ấy rất chăm chỉ, không bao giờ dậy lúc 5 giờ sáng để học bài.

V. Chọn câu khác nghĩa với câu sau

1. Cô Hoa luôn quan tâm đến sức khỏe của chồng, con.

① Cô Hoa luôn quan tâm tới sức khỏe của chồng, con.
② Cô Hoa luôn quan tâm về sức khỏe của chồng, con.
③ Cô Hoa luôn quan tâm vào sức khỏe của chồng, con.
④ Cô Hoa luôn chú ý đến sức khỏe của chồng, con.

2. Xin cám ơn anh vì đã giúp đỡ chúng tôi.

① Xin cám ơn sự giúp đỡ của anh đối với chúng tôi.
② Xin cám ơn anh vì đã giúp chúng tôi.
③ Xin cám ơn anh vì đã giúp hộ chúng tôi.
④ Xin cám ơn anh về sự giúp đỡ chúng tôi.

Bài 12

Cái gì ông ấy cũng biết

CÂU MẪU (문형)

1 Kết cấu: **khẳng định tuyệt đối**
2 Kết cấu: … **một mặt A mặt khác B**
3 Cách dùng: … **nào (là) …, nào (là) … (liệt kê)**

A

1. **Cái gì** ông ấy **cũng** biết.
2. Ở đây, **sinh viên nào cũng** biết tiếng Việt.
3. Anh ấy sinh ra ở Seoul nên **chỗ nào** ở đây anh ấy **cũng** biết.
4. Giờ đây, **người Việt Nam nào cũng** đều biết ông Park Hang Seo.
5. Ngày nay, trên thế giới **ai cũng** biết Việt Nam.
6. (*Anh đừng lo*). **Thế nào** anh ấy **cũng** đến.
7. Bố mẹ **bao giờ cũng** giúp đỡ con cái.

B

1. Trong cặp sách của em ấy có đủ thứ: **nào** sách, **nào** vở, **nào** bút, **nào** giấy …
2. Bà ấy đi siêu thị mua nhiều loại thịt: **nào** thịt gà, **nào** thịt bò, **nào** thịt lợn …
3. Hàng ngày, bà ấy làm nhiều việc: **nào** đi chợ, **nào** nấu cơm, **nào** giặt quần áo …
4. Nhân dịp sinh nhật, em được tặng nhiều quà: **nào** áo, **nào** quần, **nào** sách, **nào** vở …

5. Sinh viên lớp em thích nhiều môn thể thao: **nào** bóng đá, **nào** bóng chày, **nào** bóng rổ …

C

1. Ông ấy hay chơi thể thao **một mặt** là sở thích **mặt khác** là rèn luyện sức khỏe.
2. Hiện nay, chị ấy **một mặt** muốn học tiếng Anh, **mặt khác** muốn học tiếng Việt.
3. Họ đi làm thêm **một mặt** để kiếm tiền, **mặt khác** để trải nghiệm.
4. Tôi đến đây, **một mặt** để thăm sức khỏe, **mặt khác** để biết nhà anh chị.
5. Chúng em sang Việt Nam, **một mặt** để học tiếng Việt, **mặt khác** để tìm hiểu văn hóa Việt Nam.

TỪ VỰNG (어휘)

giờ đây	작금의, 지금의	sinh ra	낳다, 태어나다
lo (lắng)	걱정하다	đủ thứ	충분한
con cái	자식	một mặt … mặt khác	… 한편…다른 한편은…
môn (thể thao)	스포츠 과목	bóng chày	야구
bóng rổ	농구	liệt kê	(列計) 열거하다
làm thêm	더하다	trải nghiệm	경과하다
kiếm tiền	(錢) 돈을 벌다	nào …, nào …	… 무엇을 열거할 때 쓰는 말
sang, đến, tới	가다		

CHÚ GIẢI NGỮ PHÁP (어법주해)

1 **Kết cấu khẳng định tuyệt đối** là kết cấu nhấn mạnh ý nghĩa tuyệt đối, khẳng định hoàn toàn hàm ý "***tất cả, toàn bộ***" không có ngoại lệ. Cấu trúc kết cấu khẳng định tuyệt đối gồm: "**··· từ để hỏi + cũng ···**" hoặc "**từ để hỏi ··· + cũng ···**".

Ví dụ
- Ở đây, **ai cũng** biết ông ấy. = **Ai (người nào)** ở đây **cũng** biết ông ấy.
- Ở đây, **đâu** (chỗ nào) ông ấy **cũng** biết.
- Ở đây, **cái gì cũng** đẹp.
- Anh ấy **thế nào cũng** đến.
- Anh ấy **bao giờ (lúc nào) cũng** giúp đỡ chúng tôi.

절대 강조 형태의 문형은 예외가 없이 "모두, 전부"를 함축하는 절대 의미나 완전 긍정의 의미를 강조하는 형태이다. 절대 긍정의 구조는 예시처럼 "**··· 의문사+cũng ···**" 혹은 "**의문사 ··· + cũng ···**"의 형태를 갖는다.

2 **Cách dùng:** "**··· nào (là) ··· nào (là) ···**" là từ được lặp nhiều lần trước danh từ, động từ···, có tính chất liệt kê các sự vật, hiện tượng, hành động ···

Ví dụ
- Bà ấy đi chợ mua nhiều thứ: **nào** rau, nào cá, **nào** thịt. **nào** hoa quả ···
- Khi gặp nhau, chúng tôi kể cho nhau nghe nhiều chuyện: **nào** chuyện học hành, **nào** chuyện bạn bè, **nào** chuyện gia đình ···

"**··· nào (là) ··· nào (là) ···**"의 문형은 사물, 현상, 행동 등을 열거하는 명사나 동사의 앞에서 여러 번 반복되는 단어이다.

3 **Kết cấu: "··· một mặt ··· (A) mặt khác ··· (B)"**: cặp từ liên kết hai vế câu, hai thành phần câu có nội dung ý nghĩa tương ứng nhau (hai khía cạnh của một vấn đề) hoặc trái ngược nhau nhưng phải có tính chất bổ sung cho nhau vì một mục đích, một kết quả chung. Kết cấu này cũng tương ứng với kết cấu: "··· **một mặt** ··· **một mặt** ···".

Ví dụ

- Trong thời gian ở Việt Nam, **một mặt** anh ấy muốn tập trung học tiếng Việt ở trường nhưng **mặt khác** cũng muốn đi nhiều nơi để tập nói tiếng Việt.
- Để có tiền ăn học, **một mặt** tôi phải tiết kiệm và **một mặt** tôi phải làm thêm để kiếm tiền.

"**··· một mặt ··· (A) mặt khác ··· (B)**"의 문형은 서로 유사한 의미를 갖는 혹은 상반되지만 하나의 목적이나 공동의 결과를 위하여 서로 보완성을 갖는 두 문장을 연결하는 형태이다. 이 형태는 "**··· một mặt ··· một mặt ···**"의 형태와 비슷하다.

BÀI TẬP 1 (연습)

I. Luyện tập theo mẫu

Mẫu: - Chị có hay gặp anh ấy không? (Tuần nào/ cũng)

- **Tuần nào** tôi **cũng** gặp anh ấy.

Tiếp tục với:

1. Em có hay về thăm quê không? (Năm nào/cũng)

2. Các em có thường xuyên đi ăn với nhau không? (Ngày nào/ cũng)

3. Em có hay đến lớp đúng giờ không? (Bao giờ/ cũng)

4. Trong số các em, ai biết tiếng Anh? (ai/ cũng)

5. Lúc nào chúng ta có thể gặp nhau được? (Lúc nào/ cũng)

6. Hôm nay họ có đến dự liên hoan không? (Thế nào/ cũng)

II. Biến đổi các câu sau theo mẫu

Mẫu: - Trong lớp này, **tất cả sinh viên đều** biết tiếng Việt.

- Trong lớp này, **ai cũng** biết tiếng Việt.

Tiếp tục với:

1. Ở đây, mọi người đều biết chị ấy.

2. Trong cửa hiệu này, mọi thứ đều đắt.

3. Hôm nay, tất cả sinh viên đều đi học đúng giờ.

4. Hàng ngày, mẹ tôi đều dậy lúc 6 giờ sáng.

5. Anh ấy đều nhớ tên tất cả các sinh viên trong lớp này.

6. Trong thời gian học ở Việt Nam, anh ấy đã đi chơi tất cả mọi nơi.

7. Là người ham đọc sách nên em ấy đọc tất cả mọi loại sách, báo.

8. Học kỳ tới, chúng em nhất định sang Việt Nam học tiếng Việt.

III. Sử dụng "… *một mặt* … *mặt khác* …" liên kết các thành phần dưới đây thành câu

1. Anh Park/ muốn học tiếng Việt/ muốn học tiếng Anh

2. Chị Lan/ chưa quen với khí hậu ở đây/ làm việc nhiều nên bị ốm

3. Các em muốn giỏi tiếng Việt/ chăm chỉ học tập/ phải tiếp xúc với người Việt

4. Họ ít đi du lịch/ tiền chưa nhiều/ con cái còn đi học

5. Ông ấy cho là, muốn đất nước phát triển/ chúng ta phải tiết kiệm/ đẩy mạnh sản xuất

6. Các sinh viên nghĩ rằng, việc đi làm thêm/ để kiếm tiền/ tích lũy kinh nghiệm

IV. Điền thêm từ ngữ thích hợp vào chỗ trống hoàn thiện câu

1. Hiện nay, chúng tôi **một mặt** vẫn tiếp tục đi học, **mặt khác** ______________________.

2. Hàng ngày anh ấy đi làm bằng xe đạp, **một mặt** là để ______________________, **mặt khác** cũng là để tập thể dục.

3. Tôi chưa mua ô tô vì **một** mặt tôi chưa đủ tiền nhưng **mặt khác** ______________________.

4. Tôi chưa làm xong bài tập này vì **một mặt** bài tập này quá dài nhưng **mặt khác** ______________________.

5. Các sinh viên muốn sang Việt Nam để học tiếng Việt, **một mặt** vì ______________________, và **mặt khác** là muốn tìm hiểu đất nước và con người Việt Nam

6. Ông ấy đã về hưu nhưng vẫn đi làm thêm **một mặt** vì đỡ buồn nhưng **mặt khác** ______________________.

V. Sử dụng "··· *nào (là)* ··· *nào (là)* ···" hoàn thiện các câu sau

Mẫu: - Ngày nào, bà ấy cũng mua nhiều hoa quả/ táo, nho, quýt, lê ···

- Ngày nào, bà ấy cũng mua nhiều hoa quả: **nào** táo, **nào** nho, **nào** quýt, nào lê ···

Tiếp tục với:

1. Vào dịp tết người Việt thường làm nhiều loại bánh/ bánh chưng, bánh tét, bánh gai

2. Biển cung cấp cho chúng ta nhiều loại hải sản/ cá, tôm, cua ···

3. Hàng ngày trên đường phố gồm đủ các loại xe/ xe buýt, ô tô, xe máy ···

4. Tại siêu thị này có đủ loại hoa quả/ táo, lê, chuối, hồng

5. Trường đại học này đào tạo nhiều thứ tiếng/tiếng Anh, tiếng Trung, tiếng Việt ···

6. Ông ấy biết nhiều ngoại ngữ/ tiếng Anh, tiếng Pháp, tiếng Tây Ban Nha ···

BÀI ĐỌC (독해)

NGƯỜI THUẬN TAY TRÁI THÔNG MINH HƠN?

Trước thực tế 4/5 kỹ sư thiết kế ra máy tính Mac của hãng Apple hay 3 vị tổng thống gần đây nhất của Mỹ: Barrack Obama, George W. Bush và Bill Clinton, đều là những người thuận tay trái, người ta đã đặt câu hỏi: ***Liệu có phải*** *những người thuận tay phải kém thông minh hơn?*

Để trả lời được câu hỏi trên hoàn toàn không đơn giản. Các nhà tâm lý học cho rằng, đến nay vẫn chưa chứng minh được sự liên quan giữa tính sáng tạo và sự thông minh. Vì vậy, bất cứ kết luận khoa học nào về độ thông minh của những người thuận tay trái (nhóm người chiếm khoảng 10% dân số thế giới) đều gây tranh cãi và bị phản bác. Tuy nhiên, gần đây một số nghiên cứu nghiêm túc đã phát hiện thấy mối liên quan giữa những người thuận tay phải (tay thuận) với năng lực của họ… Điều mà họ phát hiện là những người thuận tay phải dường như học hành giỏi hơn đôi chút so với những người thuận tay trái (tay chiêu), nhất là về khả năng đọc. Một điểm chú ý nữa, có tới 80% số thành viên của hội MENSA (tổ chức của những người có IQ cao tại hơn 100 quốc gia trên thế giới) đều là những người thuận tay phải …

Tuy nhiên, Catcher, cầu thủ bóng chày nổi tiếng thế giới và những người chơi điện tử, cờ vua giỏi đa phần là những người thuận tay trái. **Phải chăng** người thuận tay trái sẽ có lợi thế hơn khi chơi chơi thể thao, cờ vua và điện tử? Hay, họ là những người có khả năng thích ứng và xử lý tốt trong điều kiện làm việc bị kích thích và có áp lực?

Các nhà khoa học Mỹ cũng công bố một nghiên cứu cho thấy, trong số những người tốt nghiệp phổ thông, những người thuận tay trái có nhiều cơ may trở thành "đại gia" hơn người thuận tay phải là 15%. Con số này ở người tốt nghiệp đại học là khoảng 26%. Do đó, một cách tổng quát, hiện không thể khẳng định người thuận tay trái hay tay phải thông minh hơn ⋯

Phỏng theo Tuấn Anh

TỪ VỰNG (어휘)

thực tế	(實際) 실제로	Liệu có phải …?	만약 …이라면
tâm lý học	(心理學) 심리학	chứng minh	(證明) 증명하다
sự liên quan	(聯關) 연관, 관련	tính sáng tạo	(性創造) 창조성
sự thông minh	(聰明) 총명	tranh cãi	논쟁하다
thuận (tay phải/tay trái)	(順) 오른손/왼손잡이	phản bác	(反駁) 반박하다
nghiêm túc	(嚴肅) 엄숙하다	năng lực	(能力) 능력
phát hiện	(發見) 발견하다	dường như	…처럼 보이다
cầu thủ	(球手) 선수	(môn) bóng chày	야구
bắt bóng	공을 잡다	phải chăng …?	…하지 않느냐?
lợi thế	(利勢) 이로운	thành viên	(成員) 구성원
đáng chú ý	(主意)주의할만하다	IQ	아이큐
công bố	(公布)공포하다	cơ may	기회
đại gia	(大家) 대가족	một cách tổng quát	(總括) 총괄적으로

BÀI TẬP 2 (연습)

I. Trả lời câu hỏi bằng cách lựa chọn đáp án đúng

1. Từ "***tay trái***", trong bài đồng nghĩa với từ nào?

① tay thuận ② tay chiêu
③ tay phải ④ tay bên phải

2. Theo nội dung bài đọc, số lượng người thuận tay trái hiện nay trên thế giới là bao nhiêu?

① chiếm khoảng 26% dân số thế giới
② chiếm khoảng 15% dân số thế giới
③ chiếm khoảng 12% dân số thế giới
④ chiếm khoảng 10% dân số thế giới

3. Người ta dựa vào đâu để đưa ra câu hỏi: "***Liệu có phải những người thuận tay phải kém thông minh hơn?***"

① ba vị tổng thống Mỹ
② 4/5 kỹ sư thiết kế ra máy tính Mac của hãng Apple
③ số lượng người thuận tay trái hiện nay trên thế giới
④ phương án ① và ②

4. Theo các nhà tâm lý học mối liên quan giữa tính sáng tạo và sự thông minh hiện nay như thế nào?

① còn gây tranh cãi ② đã được chứng minh
③ còn nhiều hoài nghi ④ chưa được chứng minh

5. Theo nội dung bài đọc, mối liên hệ giữa "sự thuận tay" với "năng lực" con người cho đến nay như thế nào?

① người thuận tay trái thông minh hơn
② người thuận tay phải thông minh hơn
③ chưa thể khẳng định người thuận tay nào thông minh hơn
④ cả hai đều thông minh như nhau

6. Nội dung chính của đoạn 3 là gì?

① ưu thế của những người thuận tay trái
② người thuận tay phải thông minh hơn
③ người thuận tay trái thông minh hơn
④ về những người thuận tay phải

7. Theo các nhà khoa học Mỹ thì những người thuận tay trái tốt nghiệp đại học có nhiều cơ may trở thành "***đại gia***" hơn những người thuận tay phải bao nhiêu %?

① khoảng 15%
② khoảng 26%
③ khoảng 36%
④ khoảng 16%

8. Theo suy luận của em, sau khi đọc xong bài đọc này, người thuận tay nào thông minh hơn?

① người thuận tay phải
② người thuận tay trái
③ người thuận cả hai tay
④ chưa khẳng định được

II. Tìm hiểu cấu trúc của bài đọc (trả lời viết)

1. Bài đọc trên gồm mấy đoạn?

2. Hãy cho biết ý chính của đoạn 1

3. Đoạn văn 2 nói về gì?

4. Hãy cho biết ý chính của đoạn văn 3?

5. Đoạn văn 4 nói về gì?

6. Nội dung chính của bài đọc trên là gì?

III. Dựa vào từ gạch dưới in đậm, viết lại câu sau

1. Chúng tôi **thích** chơi bóng bàn.

2. Tranh luận mãi, **rốt cuộc** mọi người cũng đồng ý.

3. Vì đó **dường như** là cách tốt nhất để buộc người phục vụ phải nói tiếng Việt với chúng tôi.

4. **Tính tình (của) mẹ tôi** rất hiền lành.

5. **Cứ** thời tiết thay đổi **là** anh ấy bị ho.

6. Câu chuyện **do** anh Park kể rất hấp dẫn.

IV. Chọn câu gần nghĩa với câu sau

1. Đối với người Việt Nam, việc lập gia đình và sinh con là rất quan trọng.

① Đối với người Việt Nam, việc lập gia đình là quan trọng hơn việc sinh con.
② Việc lập gia đình và sinh con đối với người Việt Nam đều rất quan trọng.
③ Đối với người Việt Nam, việc sinh con là quan trọng hơn việc lập gia đình.
④ Việc lập gia đình và sinh con đối với người Việt Nam đều rất quan trọng với nhau.

2. Trời đang mưa to, nếu phải về ngay thì anh lấy áo mưa của tôi mà mặc.

① Trời đang mưa to, nếu cần vội anh lấy áo mưa của tôi mà mặc.
② Trời đang mưa to, nếu chưa vội về ngay thì anh lấy áo mưa của tôi mà mặc.
③ Trời đang mưa to, nếu chưa phải về ngay thì anh lấy áo mưa của tôi mà mặc.
④ Trời đang mưa to, nếu vội về ngay thì anh lấy áo mưa của tôi mà mặc.

V. Chọn câu khác nghĩa với câu sau

1. Ăn uống mất vệ sinh sẽ gây nhiều bệnh tật

① Ăn uống mất vệ sinh sẽ gây nên nhiều bệnh tật.
② Ăn uống mất vệ sinh sẽ gây ra nhiều bệnh tật.
③ Ăn uống mất vệ sinh sẽ làm nên nhiều bệnh tật.
④ Ăn uống mất vệ sinh sẽ mắc nhiều bệnh tật.

2. Nhờ lời khuyên của bác sỹ, anh ấy đã cai được rượu rồi.

① Nhờ lời khuyên của bác sỹ, anh ấy đã không uống rượu nữa.

② Nhờ lời khuyên của bác sỹ, anh ấy đã giảm được uống rượu rồi.

③ Nhờ lời khuyên của bác sỹ, anh ấy không bao giờ uống rượu nữa.

④ Nhờ lời khuyên của bác sỹ, anh ấy đã bỏ được rượu rồi.

Bài 13

Ông ấy không biết gì cả

CÂU MẪU (문형)

1 Kết cấu: **phủ định tuyệt đối**

2 Kết cấu: … **nào (gì, đâu)** … **ấy (nấy, đấy)**

3 Tổ hợp từ: … **hay (làm) sao?**

A

1. Ông ấy **không** biết **(cái) gì cả (hết)**.
2. Cô ấy **chẳng** đẹp **gì** cả.
3. Ở đây, **không sinh viên nào** biết tiếng Việt **cả (hết)**.
4. Quê anh ấy ở Seoul nhưng anh ấy **chẳng** biết **nơi nào** ở Seoul **cả**.
5. Trong thời gian học ở Việt Nam, anh ấy **không** đi chơi **đâu hết**.
6. Bà ấy **không** bao giờ bận rộn **cả**.
7. Tôi **không** quen **ai (người nào)** trong lớp này **cả**.
8. Em chưa sang Việt Nam nên **chưa** biết người Việt Nam **thế nào cả**.

B

1. Cô giáo bảo chúng tôi làm **bài tập nào** chúng tôi làm **bài tập ấy (nấy)**.
2. **Ngày nào** cũng như **ngày ấy (nấy)**, các sinh viên đều đến lớp đúng giờ.
3. Chị thích **cái** nào tôi sẽ tặng chị **cái ấy (nấy)**.
4. Bố tôi bảo tôi **làm gì** (thì) tôi **làm nấy**.

5. Chị thích ăn **món gì** (thì) tôi cũng thích ăn **món ấy (nấy)**.
6. Họ **đi đâu**, chúng tôi **đi đấy**!
7. Họ bảo chúng tôi **đến đâu**, chúng tôi **đến đấy**!
8. “Thầy (cô) **nào** trò **nấy**.”
9. “Rau **nào** sâu **ấy**.”
10. “Cha **nào** con (ấy) **nấy**.”

C

1. Chị bị mệt **hay bị làm sao**?
2. Chị bị mệt **hay sao**?
3. Không, tôi **không mệt** mà chỉ buồn ngủ thôi.
4. Anh Park lại sang Việt Nam nữa **hay sao**?
5. Anh Park lại sang Việt Nam **hay sao mà** dạo này không thấy?
6. Ông bị ốm **hay sao mà** dạo này trông gầy thế?

TỪ VỰNG (어휘)

bận rộn	바쁜	**A nào B ấy (nấy)**	A와 B가 같은 결과에서 쓴다
A gì B ấy (nấy)	A와 B가 같은 결과에서 쓴다	**A đâu B đấy**	A와 B가 같은 결과에서 쓴다
đúng giờ	정시에	**món (ăn)**	음식
rau	야채	**sâu**	깊은
trò, học trò	학생	**… hay sao?**	…하죠?
dạo này	요즘에	**buồn ngủ**	졸린

CHÚ GIẢI NGỮ PHÁP (어법주해)

1 **Kết cấu phủ định tuyệt đối** là kết cấu phủ định một cách tuyệt đối, phủ định hoàn toàn không loại trừ bất cứ một tính chất, một sự việc, một hiện tượng nào cả. Nói một cách khác là phủ định "***tất cả, toàn bộ***". Trái với kết cấu này là kết cấu khẳng định hoàn toàn. Cấu trúc kết cấu phủ định tuyệt đối gồm: "… **không (chưa, chẳng)** … **+ từ để hỏi + cả (hết)**".

Ví dụ
- Ở đây, **không ai** biết ông ấy cả. /**Ai (người nào)** ở đây **cũng** biết ông ấy.
- Ở đây, ông ấy **không** biết **đâu (chỗ nào) cả**. / … **đâu (chỗ nào)** ông ấy cũng biết.
- Ở đây, **chẳng cái gì** đẹp cả. /… **cái gì cũng** đẹp.
- Anh ấy không **bao giờ (lúc nào)** giúp đỡ chúng tôi cả. /… **bao giờ (lúc nào) cũng** giúp đỡ chúng tôi.

절대부정형은 어떤 성질, 상황, 일에도 불구하고 절대 완전 부정하는 문형이다. 다시 말해 "모두, 전부" 부정이다. 이 형태 반대는 완전 긍정이다. 절대 부정의 문형 구조는 "… **không (chưa, chẳng)** … **+ 의문사 + cả (hết)**"이다.

2 **Kết cấu: "… nào (gì, đâu) … ấy (nấy, đấy)"** là kết cấu biểu thị cái hoặc điều nói đến sau có sự tương ứng hoàn toàn với cái hoặc điều đã nói đến trước.

Ví dụ
- Chị ấy nói **đến đâu**, tôi biết **đến đấy**.
- Họ **làm cái gì** chúng tôi **làm cái ấy. (nấy)**
- Chị thích **cái nào** thì mua **cái ấy**. (nấy)
- "Ăn **cây nào** rào **cây ấy**."

"**… nào (gì, đâu) … ấy (nấy, đấy)**"의 문형은 뭔가를 언급했는데 이후에 언급된 것과 완전히 비슷한 결과가 나타났을 때 쓰는 표현이다.

3 **Tổ hợp từ: "··· hay (làm) sao?"** thường đặt sau một **phán đoán** nhằm dò hỏi để biết một biểu hiện nào đó có đúng như phán đoán hay vì một lý do nào khác. Câu hỏi với tổ hợp từ này có hai biến thể: "**phán đoán + hay sao**" và "**phán đoán + hay sao mà ···**".

Ví dụ - Ông ấy nói chán quá hay sao?
- Ông ấy nói chán quá hay sao mà mọi người bỏ về hết thế?

"**··· hay (làm) sao?**"의 형태는 판단 다음에 온다. 이는 어떤 표현이 판단처럼 혹은 다른 이유 때문에 맞았는지를 알고자 할 때 쓴다. 이 조합의 의문문은 "**판단 + hay sao**"와 "**판단 + hay sao mà ···**"형의 두 가지가 있다.

BÀI TẬP 1 (연습)

I. Chuyển các câu sau sang câu phủ định tuyệt đối

1. Chị ấy lúc nào cũng có vẻ bận rộn.

2. Tất cả sinh viên ở đây ai cũng biết ông ấy.

3. Giờ đây, mọi người Việt Nam đều biết ông Park Hang Seo.

4. Mẹ tôi ngày nào cũng thức khuya, dậy sớm.

5. Trong trường đại học của chúng tôi chỗ nào cũng sạch, đẹp.

6. Chúng tôi thích tất cả mọi thứ ở đây.

II. Chuyển các câu sau sang câu khẳng định tuyệt đối

1. Vào mùa đông, nhiệt độ ở Seoul không lúc nào trên 20 độ C cả.

2. Ngày nay, trên thế giới không ai biết đến Việt Nam cả.

3. Trong thời gian học ở Việt Nam, anh ấy không đi chơi đâu cả.

4. Tôi không quen ai trong lớp này cả.

5. Em ấy không bao giờ đến lớp đúng giờ cả.

6. Sinh viên Khoa Tiếng Việt, không ai biết tiếng Việt cả.

III. Sử dụng "… *nào (gì, đâu)* … *ấy (nấy, đấy)*" hoàn thiện câu theo mẫu

Mẫu: - Các chị **uống gì**/ chúng tôi

- Các chị **uống gì**, chúng tôi **uống nấy**.

Tiếp tục với:

1. Bố mẹ ở đâu/ các con

2. Các bạn mua gì/ chúng tôi

3. Học kỳ này chị ấy học lớp nào/ em cũng

4. Họ đi du lịch ở chỗ nào/ chúng tôi

5. Em cứ bình tĩnh, biết đến đâu/ trả lời

6. Bà ấy xinh như thế nào/ con gái bà ấy

IV. Sử dụng "··· *nào (gì, đâu)* ··· *ấy (nấy, đấy)*" hoàn thiện các quán ngữ/ thành ngữ

1. Cha/ con

2. Thầy/ trò

3. Rau/ sâu

4. Đánh/ thắng

5. Đến/ biết

6. Nồi/ vung

V. Sử dụng tổ hợp từ "… *hay sao mà* …?" hoàn thiện câu theo mẫu

Mẫu: - Chị bị ốm/ trông gầy thế?

- Chị bị ốm **hay sao mà** trông gầy thế?

Tiếp tục với:

1. Anh ấy có tin vui/ trông phấn khởi thế?

2. Cậu đọc xong quyển sách này rồi/ trả lại tớ thế?

3. Họ là chị em sinh đôi/ giống nhau như đúc thế?

4. Ông ấy vừa trúng xổ số/ có nhiều tiền thế?

5. Họ yêu nhau/ lúc nào cũng đi bên nhau thế?

6. Cô ấy là người mẫu/ trông cao và xinh thế?

BÀI ĐỌC (독해)

XÍCH LÔ

Xích lô là phương tiện vận chuyển hành khách và hàng hóa đã xuất hiện ở Việt Nam khá lâu, nhất là tại các thành phố lớn. Ngày nay, xích lô còn là một nét văn hóa độc đáo, rất "Việt Nam" mà du khách nước ngoài rất ưa thích. Ngồi trên xích lô, đi qua từng con phố, ngõ hẻm tham quan ngắm cảnh, vừa hít thở không khí trong lành vừa chụp ảnh là một trải nghiệm khó quên trong lòng du khách nước ngoài.

Từ "*xích lô*" trong tiếng Việt được mượn từ "*cyclo*" của tiếng Pháp. "Cyclo" là một loại phương tiện vận chuyển do P. Coupeaud, người Pháp phát minh ra năm 1939. Người ta còn kể lại rằng, lúc đó, để quảng cáo cho loại phương tiện mới này, P. Coupeaud đã tổ chức một cuộc hành trình đi bằng xích lô do hai người thay nhau đạp trên quãng đường khoảng 200 km từ Phnômpênh đến Sài Gòn và mất hơn 17 tiếng. Kể từ đó, xích lô là phương tiện vận chuyển và đi lại phổ biến của người Việt Nam xưa …

Xích lô là phương tiện giao thông sử dụng sức người. Nó có 3 bánh xe, hai bánh phía trước và một bánh phía sau dùng để vận chuyển khách hoặc hàng hóa. Một chiếc xích lô có thể chở được từ 1 đến 2 người cùng nhiều hành lý. Người điều khiển (lái xích lô) ngồi phía sau và vận hành xích lô như xe đạp. Do đó, so với các phương tiện khác, xích lô không gây ồn ào và ô nhiễm do khí thải. Mặt khác, không giống như xe máy hay taxi, xích lô đơn sơ, chầm chậm, lắc lư như một giai điệu trên đường phố, có thể dễ dàng đi qua những con phố hẹp. Chính vì những điều giản dị đó mà xích lô khiến nhiều người yêu thích và có cảm tình bởi xích lô mang đến cho họ cảm giác thư thái và thú vị, thậm chí đôi khi có người còn ngủ trên xích lô khi đi dạo. Tuy nhiên, để giúp người lái đỡ tốn sức, đầu những năm 60, 70 tại các thành phố lớn của Việt Nam đã xuất hiện xích lô có động cơ (gọi là xích lô máy) với những phụ tùng, linh kiện của hãng xe mô tô Peugeot được nhập từ Pháp ···

Khoảng 20 năm trở lại đây, xích lô không còn được sử dụng nhiều và phổ biến như trước đây nữa. Ở các thành phố lớn, đã xuất hiện nhiều phương tiện đi lại hiện đại, nhanh chóng và vận chuyển được nhiều người hơn, như: xe buýt, tăcxi hoặc xe ôm ··· Xích lô giờ đây chủ yếu được dùng để chở du khách quốc tế và một số ít người dân có nhu cầu. Khi đến Hà Nội, Sài Gòn và một số thành phố lớn ở Việt Nam, nhiều khách du lịch nước ngoài đã chọn xích lô làm phương tiện đi lại và tham quan thành phố. Họ rất thích thú khi được ngồi trên những chiếc xích lô sạch sẽ, có mái che và trang trí đẹp (gọi là xích lô du lịch hay "cyclo tour"). Những tài xế xích lô du lịch thường là những người khá lịch sự và nhiệt tình. Họ mặc đồng phục, biết một chút tiếng Anh, và đặc biệt là rất thông thạo đường phố, các quán ăn, nhà hàng để giới thiệu thêm cho du khách ··· Ngoài ra, xích lô còn là một phương tiện độc đáo, mang phong cách truyền thống trong các lễ hội, đám cưới, đám hỏi, rước dâu ···v.v.

Ở Việt Nam, hình ảnh xích lô đã in đậm trong ký ức của người dân các thành phố lớn, nhất là cư dân Hà Nội, Sài Gòn. Xích lô từ lâu đã đi vào văn, thơ, nhạc, họa và trở thành một nét văn hóa đẹp, một hình ảnh tượng trưng cho thành phố Hà Nội, Sài Gòn nói riêng và Việt Nam nói chung. Nhiều người Việt ra nước ngoài lập nghiệp đã lấy hình ảnh xích lô đặt tên cho khách sạn, quán ăn, quán cà phê của mình: cà phê xích lô (Cyclo Cofee), tiệm ăn xích lô (Cyclo Restaurant), khách sạn xích lô (Cyclo Hotel), phở xích lô ···v.v. Có thể nói, chiếc xích lô đã chu du từ Việt Nam đi khắp thế giới và dường như khi nhắc đến hai chữ "XÍCH LÔ" làm người ta liên tưởng đến Việt Nam.

Phỏng theo "*Bách khoa toàn thư mở*"

TỪ VỰNG (어휘)

xích lô	씩로	phương tiện	(方便) 수단, 방편
vận chuyển	(運轉) 운송	hàng hóa	(行貨) 상품
xuất hiện	(出現) 출현하다	nét	특징
độc đáo	(獨到) 독특한	ngõ hẻm	좁은 골목
hít thở	숨쉬다, 호흡하다	trải nghiệm	지나다
phát minh	(發明) 발명하다	quảng cáo	(廣告) 광고
hành trình	(行政) 여정, 노정	quãng đường	거리의 블록
kể từ đó	그때부터	sức người	인력
bánh xe	타이어	chở, chuyên chở	옮기다
điều khiển	(調遣) 일들이 바르게 진행되도록 하다	vận hành	(運行) 운행하다
khí thải	배출가스, 미세먼지	đơn sơ	(單疏) 간단한
lắc lư	자전거, 배 등이 흔들리다	giai điệu	(佳調) 멜로디
cảm tình	(感情) 감정	thư thái	(舒泰) 느긋한, 상쾌한
đỡ tốn sức	힘을 절약하다	động cơ	(動機) 엔진
phụ tùng	(附從) 부품	linh kiện	(零件) 부품
mái che	가리개	trang trí	(裝置) 장치하다
đồng phục	(冬服) 겨울옷	thông thạo	매우 잘 아는
độc đáo	(獨到) 유일한	phong cách	(風格) 풍경, 경치
in đậm	짙게 남다	ký ức	(記憶) 기억하다
hình ảnh	(形影) 형상	tượng trưng	(象徵) 상징하다
lập nghiệp	(立業) 사업을 하다	chu du	(周遊) 멀리 여러 곳을 여행하다
liên tưởng	(聯想) 연상하다		

BÀI TẬP 2 (연습)

I. Trả lời câu hỏi bằng cách lựa chọn đáp án đúng

1. Người ta sử dụng phương tiện xích lô với mục đích gì?

① để vận chuyển
② để vận chuyển hành khách
③ để vận chuyển hàng hóa
④ cả ② & ③

2. Xích lô là **phương tiện giao thông** mang đặc trưng gì?

① sử dụng lực đẩy
② sử dụng sức kéo
③ sử dụng sức người
④ sử dụng sức gió

3. Khi vận hành xích lô, người điều khiển ngồi ở đâu?

① ngồi phía trước
② ngồi phía sau
③ ngồi bên trái
④ ngồi bên phải

4. Để quảng cáo cho xích lô, P. Coupeaud năm 1939 đã làm gì?

① tổ chức một cuộc triển lãm
② tổ chức một sự kiện để giới thiệu xích lô
③ tổ chức một cuộc hành trình đi bằng xích lô
④ tổ chức một chiến lược quảng cáo rầm rộ

5. So với các phương tiện khác, xích lô có những ưu thế gì?

① chậm và hơi lắc lư
② xích lô không gây ồn ào và ô nhiễm do khí thải
③ nhanh chóng và hiện đại
④ an toàn và mát mẻ

6. Vì sao hiện nay xích lô không được sử dụng nhiều và phổ biến như trước nữa?

① vì xích lô cồng kềnh chiếm nhiều không gian

② vì xích lô là phương tiện quá chậm gây tắc đường

③ vì xuất hiện nhiều phương tiện đi lại hiện đại và nhanh chóng

④ vì người điều khiển xích lô tốn nhiều sức khỏe

7. Ngồi trên xích lô, du khách cảm nhận được những cảm giác gì?

① đơn sơ, chầm chậm, lắc lư

② có thể hít thở không khí trong lành

③ cảm giác thư thái, nhẹ nhàng và thú vị

④ cảm giác buồn ngủ và hơi nguy hiểm

8. Ngày nay, xích lô chủ yếu được sử dụng vào những mục đích gì?

① được dùng để chở du khách quốc tế

② được dùng để chở một số ít người dân có nhu cầu

③ được dùng trong các lễ hội, đám cưới, đám hỏi, rước dâu

④ cả 3 phương án trên

II. Tìm hiểu cấu trúc của bài đọc. (trả lời viết)

1. Bài đọc trên gồm mấy đoạn?

2. Hãy cho biết ý chính của đoạn 1.

3. Đoạn văn 2 nói về gì?

4. Hãy cho biết ý chính của đoạn văn 3?

5. Đoạn văn 4 nói về gì?

6. Nội dung chính của bài đọc trên là gì?

III. Dựa vào từ gạch dưới in đậm, viết lại câu sau

1. Hình như chị ta phải làm **vui lòng** người nước ngoài để bán được hàng.

2. Xích lô là **phương tiện giao thông** sử dụng sức người.

3. Ông bị mệt **hay sao**?

4. Cả lớp đã về hết, chỉ còn **mỗi** chị Park ở lại.

5. Các sinh viên trong lớp tôi **đều có hoàn cảnh khác nhau**.

6. Sức khỏe của ông ấy **càng ngày càng** yếu.

7. Căn phòng này **rộng** khoảng 40 mét vuông.

8. Nam thanh niên Hàn Quốc, **ai cũng** phải thực hiện nghĩa vụ quân sự.

IV. Chọn câu gần nghĩa với câu dưới đây

1. Với tôi, không gì quan trọng bằng gia đình.

① Gia đình, với tôi là quan trọng nhất.
② Với tôi gia đình cũng không quan trọng.
③ Với tôi không quan trọng gì bằng gia đình.
④ Với tôi gia đình cũng không có gì quan trọng.

2. Nhân dịp sinh nhật, bạn tôi đã tặng tôi một món quà.

① Nhân dịp sinh nhật, bạn tôi đã tặng cho tôi một quà.
② Nhân dịp sinh nhật, bạn tôi đã tặng cho tôi một món quà.
③ Nhân dịp sinh nhật, bạn tôi đã tặng tôi một quà.
④ Nhân dịp sinh nhật, bạn tôi đã tặng cho quà tôi.

V. Chọn câu khác nghĩa với câu dưới đây

1. Tôi có biết anh Văn nào đâu.

① Tôi không biết anh Văn đi đâu.
② Tôi chưa quen anh Văn.
③ Tôi không biết ai là Văn cả.
④ Tôi có biết anh Văn là ai đâu.

2. Ở thành phố này, mua sắm không những tiện mà còn rẻ.

① Ở thành phố này, mua sắm vừa tiện vừa rẻ.
② Ở thành phố này, mua sắm tiện và rẻ.
③ Ở thành phố này, mua sắm không chỉ tiện mà còn rẻ.
④ Ở thành phố này, mua sắm tiện nhưng rẻ.

Bản ghi nhớ

정답

Bài 01 1-④ 2-① 3-② 4-③ 5-② 6-②

Bài 02 1-④ 2-② 3-② 4-② 5-① 6-④ Ⅳ. 1-② Ⅴ.1-③

Bài 03 1-② 2-① 3-③ 4-② 5-③ 6-② 7-① 8-③ 9-② 10-②
Ⅱ. 1-③ 2-① Ⅲ. 1-① 2-③

Bài 04 1-① 2-② 3-② 4-① 5-② 6-② 7-③ Ⅱ. 1-① 2-③
Ⅲ. 1-① 2-④

Bài 05 1-③ 2-① 3-② 4-② 5-③ 6-② 7-③ 8-① Ⅳ. 1-① 2-④
Ⅴ. 1-② 2-②

Bài 06 1-③ 2-② 3-① 4-② 5-③ 6-① 7-③ 8-② 9-③ Ⅳ. 1-① 2-③
Ⅴ. 1-① 2-④

Bài 07 1-② 2-③ 3-③ 4-③ 5-② 6-③ 7-③ 8-① Ⅳ. 1-② 2-③
Ⅴ. 1-④ 2-③

Bài 08
1-③ 2-② 3-② 4-③ 5-③ 6-③ 7-① 8-② Ⅳ. 1-② 2-④
Ⅴ. 1-③ 2-③

Bài 09
1-③ 2-④ 3-② 4-④ 5-④ 6-① 7-④ 8-② Ⅳ. 1-② 2-③
Ⅴ. 1-① 2-②

Bài 10
1-② 2-② 3-① 4-③ 5-② 6-③ 7-③ 8-② Ⅳ. 1-① 2-③
Ⅴ. 1-③ 2-④

Bài 11
1-② 2-② 3-③ 4-② 5-④ 6-① 7-② 8-② 9-③ 10-③
Ⅳ. 1-③ 2-③ Ⅴ. 1-③ 2-③

Bài 12
1-② 2-④ 3-④ 4-④ 5-③ 6-① 7-② 8-④ Ⅳ. 1-② 2-④
Ⅴ. 1-③ 2-②

Bài 13
1-④ 2-③ 3-② 4-③ 5-② 6-③ 7-③ 8-④ Ⅳ. 1-① 2-②
Ⅴ. 1-① 2-④

한국인을 위한

베트남어 길잡이 ❸

초판 인쇄 2019년 2월 25일
초판 발행 2019년 2월 28일

지은이 송정남 · 응우옌 반푹
발행인 김인철
총괄 · 기획 가정준 Director, University Knowledge Press
편집장 신선호 Executive Knowledge Contents Creator
도서편집 박현정 Contents Creator
전자책편집 인은주 e-Contents Creator
재무관리 강현주 Managing Creator
사전 · 출판 정준희 Contents Creator
마케팅 파트장 백승이 Chief Marketing Creator
마케팅 이현진 Marketing Creator
발행처 한국외국어대학교 지식출판콘텐츠원
02450 서울특별시 동대문구 이문로 107
전화 02)2173-2493~7
팩스 02)2173-3363
홈페이지 http://press.hufs.ac.kr
전자우편 press@hufs.ac.kr
출판등록 제6-6호(1969. 4. 30)
디자인 · 편집 (주)이환디앤비 02)2254-4301
인쇄 · 제본 네오프린텍 02)718-3111

ISBN 979-11-5901-445-1 14730 정가 20,000원
ISBN 978-89-7464-927-2 (세트)

*잘못된 책은 교환하여 드립니다.

불법복사는 지적재산을 훔치는 범죄행위입니다.

저작권법 제136조(권리의 침해죄)에 따라 위반자는 5년 이하의 징역 또는 5천만 원 이하의 벌금에 처하거나 이를 병과할 수 있습니다.

HUINE은 한국외국어대학교 지식출판콘텐츠원의 어학도서, 사회과학도서, 지역학 도서 Sub Brand이다. 한국외대의 영문명인 HUFS, 현명한 국제전문가 양성(International +Intelligent)의 의미를 담고 있으며, 휴인(携引)의 뜻인 '이끌다, 끌고 나가다'라는 의미처럼 출판계를 이끄는 리더로서, 혁신의 이미지를 담고 있다.